MBINGUNI

II

Na ile milango kumi na miwili ni lulu kumi na mbili;
kila mlango ni lulu moja.
Na njia ya mji ni dhahabu safi kama kioo kiangavu.

(Ufunuo 21:21)

MBINGUNI

II

KUMEJAA UTUKUFU WA MUNGU

DR. JAEROCK LEE

URIM BOOKS

MBINGUNI II na Dr. Jaerock Lee
Kimechapiswa na Urim Books (Mwakilishi: Johnny. H. Kim)
235-3, Guro-dong3, Guro-gu, Seoul, Korea
www.urimbooks.com
Kimetafsiriwa kwa Kiswahili na CAN TRANSLATORS (www.cantranslators.com)

Haki zote zimehifadhiwa. Hairuhusiwi kunakili kitabu hiki au sehemu ya kitabu hiki katika mfumo wa aina yoyote, kutunzwa katika mfumo ambao kinaweza kusambazwa au kupatikana tena kwa namna au njia yoyote ile, au kubadilishwa katika namna yoyote ile, kielekroniki, kimakenika, kutolewa kivuli (fotokopi), kurekodiwa au vinginevyo, bila idhini ya manaishi kutoka kwa mchapaji.

Isipokuwa vinginevyo kama imebainishwa, nukuu yote ya Manaiko imechukuliwa kutoka katika Biblia ya Kiswahili – Union Version iliyochapishwa na Chama cha Biblia cha Kenya na Chama cha Biblia cha Tanzania ©1997

Hakimiliki © 2011 na Dr. Jaerock Lee
ISBN: 979-11-263-1255-9 03230
Hakimiliki ya kutafsiri ©2004 na Dr. Esther K. Chung. Imetumika kwa ruhusa.

Awali kilichapishwa kwa Kikorea na Urim Books katika 2002

Chapisho la Kwanza Julai 2004
Chapisho la Pili Aprili 2009
Chapisho la Tatu Agosti 2009
Chapisho la Nne Desemba 2011

Kimehaririwa na Dr. Geumsun Vin
Jalada limesanifiwa na Editorial Bureau of Urim Books
Kwa taarifa zaidi, wasiliana na: urimbook@hotmail.com

Dibaji

Ninaomba kwamba uweze kufanyika mwana wa kweli wa Mungu na ushiriki upendo wa kweli katika furaha na raha ya milele katika Yerusalem Mpya, palipo na upendo wa Mungu ...

Ninamshukuru sana na kumpa utukufu mwingi Baba Mungu, ambaye amenifunuliwa waziwazi maisha yaliyo mbinguni, na kutubariki kwa kutuwezesha kuchapisha Mbinguni I: Safi na Upendezao Kama Bilauri, na sasa Mbinguni II: Kumejaa Utukufu wa Mungu.

Nilitamani sana kujua habari za mbinguni kwa kina, hivyo nikaendelea kufunga na kuomba. Baada ya miaka saba, Mungu hatimaye aliyajibu maombi yangu na leo, anafunua siri za ndani kuhusu upeo wa kiroho.

Katika sehemu ya kwanza ya mfululizo wa Mbinguni, nilitambulisha sehemu mbalimbali za makao huko mbinguni, zikiwa zimepangwa ifuatavyo, Paradiso, Ufalme wa Kwanza, Ufalme wa Pili, Ufalme wa Tatu, na Yerusalemu Mpya. Sehemu ya pili itazungumzia kwa kina sehemu tukufu zaidi ya makao mbungini, Yerusalemu Mpya.

    Mungu wa upendo alimuonyesha Yerusalemu Mpya yule mtume Yohana na akamruhusu kunakili katika Biblia. Leo, kama Kurudi kwa Bwana kulivyo karibu, Mungu anamimina Roho Mtakatifu kwa watu wasiohesabika na kufunua mbinguni kwa njia ya kina kabisa. Hii inafanyika ili watu wasioamini ulimwenguni kote waweze kuamini kwamba kuna uzima baada ya kifo unaojumuisha mbinguni na jehanamu, na kwamba wote wanaomkiri Kristo wataishi maisha ya ushindi katika yeye na kujitahidi kueneza injili duniani kote.

    Ndiposa mtume Paulo, ambaye alikuwa anasimamia uenezaji wa injili kwa Mataifa, alimhimiza mtoto wakea Timotheo, akisema, "Bali wewe, uwe mwenye kiasi katika mambo yote, vumilia mabaya, fanya kazi ya mhubiri wa Injili, timiza huduma yako kwa ukamilifu" (2 Timotheo 4:5).

    Mungu alinifunulia wazi mbinguni na jehanamu ili niweze kueneza habari za miaka mingi ijayo katika kila pembe ya dunia. Mungu angependa watu wote waupokee wokovu; Hapendi kuona hata nafsi moja ikiingia jehanamu. Zaidi ya hayo, Mungu angependa watu wengine iwezekanavyo waingie na kuishi katika Yerusalemu Mpya.

Hivyo, hakuna mtu anayepaswa kuhukumu au kutia hatiani jumbe hizi zilizotoka kwa Mungu kupitia pumzi ya Roho Mtakatifu.

Katika Mbinguni II utaona siri nyingi zinazohusu mbinguni, kama vile kuonekana kwa Mungu ambaye amekuwako kabla mwanzo wa wakati, kiti cha enzi cha Mungu, na mambo kama hayo. Ninaamini kwamba mambo hayo ya kina na habari zitawapa wale wote wanaotamani mbinguni kwa ari kubwa kiwango kikubwa cha furaha na raha.

Mji wa Yerusalemu Mpya, uliojengwa kwa upendo usiopimika na nguvu za Mungu za ajabu, umejaa utukufu wake. Katika Yerusalemu Mpya kuna mkutano wa kiroho ambao kupitia huo Mungu alijiumba katika Utatu ili aweze kutekeleza uimarishaji wa mwanadamu, na kiti cha enzi cha Mungu. Hebu fikiria jinsi mahali hapo pote pangalivyokuwa pa kifahari, pazuri na pag'aapo? Ni mahali pa ajabu na patakatifu hivi kwamba hakuna hekima ya mwanadamu inayoweza kuelewa!

Kwa hiyo, sharti utambue kwamba Yerusalemu Mpya haijapewa kama tuzo kwa wale wote wanaopokea wokovu. Badala yake, mji huo unapewa wana wa Mungu ambao mioyo yao, baada ya kuimarishwa katika ulimwengu huu kwa muda mrefu, wameibuka kuwa safi na wang'aao kama bilauri.

Ningependa kutoa shukrani zangu za dhati kwa Geumsun Vin, Mkurugenzi wa Editorial Bureau na wafanyakazi, na Kitengo cha Utafsiri (Translation Bureau) katika chapisho hili.

Ninalibariki jina la Bwana kwamba kila atakayesoma kitabu hiki atafanyika kuwa mwana wa kweli wa Mungu na ashiriki upendo wa kweli katika furaha na raha ya milele huko Yerusalemu Mpya iliyojaa utukufu wa Mungu!

Jaerock Lee

 Utangulizi

Ni matumanini yangu kwamba utabarikiwa kadri utakavyotambua kwa kina habari za Yerusalemu Mpya, na na ukae katika milele karibu iwezekanavyo na kiti cha enzi cha Mungu huko mbinguni …

Ninamshukuru na kumtukuza Mungu, ambaye ametubariki na kutuwezesha kuchapisha Mbinguni I: Safi na Upendezao Kama Bilauri na sasa mwendelezo wake, Mbinguni II: Kumejaa Utukufu wa Mungu.

Kitabu hiki kina sura tisa, ambazo zote zinatoa ufafanuzi wa wazi wa mahali patakatifu zaidi na pazuri zaidi pa kukaa mbinguni, Yerusalemu Mpya, katika ukubwa wake, fahari yake, na maisha yaliyomo.

Sura ya 1, "Yerusalemu Mpya: Kumejaa Utukufu wa Mungu," inatoa muhtasari wa Yerusalemu Mpya na inafafanua siri kama vile kiti cha enzi cha Mungu na kongamano ya upeo wa kiroho, ambapo Mungu alijiumba mwenye katika Utatu.

Sura ya 2, "Majina ya Makabila Kumi na Mawili na Mitume Kumi na Wawili," inafafanua mwonekano wan je wa Mji wa Yerusalemu Mpya. Umezungukwa na kuta ndefu na kubwa sana, na majina ya Makabila Kumi na Mawili yameandikwa kwenye malango ya Mji pande zote nne. Juu ya misingi kumi na miwili ya Mji kuna majina ya wale Mitume Kumi na Wawili, na lengo na umuhimu wa kila mwandiko vitafafanuliwa.

Katika Sura ya 3, "Ukubwa wa Yerusalemu Mpya," utagundua mwonekano na ukubwa wa Yerusalemu Mpya. Sura hii inaeleza kwa nini Mungu anapima ukubwa wa Yerusalemu Mpya kwa kutumia mwanzi wa dhahabu na kwamba ili mtu aweze kuingia na kuishi katika Mji huu, sharti mtu awe na sifa zote za kiroho, zilizopimwa kwa mwanzi wa dhahabu. Pia inazungumzia kwa nini upana, urefu, na kimo cha Mji wa Yerusalemu Mpya ni Ri 6,000, kwa kutumia kipimo cha Kikorea.

Sura ya 4, "Umetengenezwa kwa Dhahabu Safi na Vito vya Kila Rangi," inachambua kwa kina kila kifaa kilichotumiwa kujengea Mji wa Yerusalemu Mpya. Mji wote umepambwa kwa dhahabu safi na mawe mengine ya thamani, na sura hii inatoa picha ya uzuri wa rangi za madini hayo, mng'ao na mwangaza wake. Isitoshe, kwa kueleza sababu iliyomfanya Mungu kupamba kuta za Mji kwa yaspi na kupamba Yerusalemu Mpya yote kwa dhahabu safi iliyo safi kama bilauri, pia sura hii inazungumzia umuhimu wa imani ya kiroho.

Katika Sura ya 5, "Umuhimu wa Misingi Kumi na Miwili," utajifunza juu ya kuta za Yerusalemu Mpya, zilizojengwa juu ya misingi kumi na miwili, na uzuri na umuhimu wa kiroho wa yaspi, yakuti, kalkedoni; zumaridi, sardoniki; akiki, krisolitho, zabarajadi, yakuti ya manjano, krisopraso, hiakintho, na amethisto. Ukiongeza umuhimu wa kiroho kwa kila kito katika ya vito kumi na viwili, utagundua moyo wa Yesu Kristo na moyo wa Mungu. Sura hii inakuhimiza kutimiza mioyo inayowakilishwa na vile vito kumi na viwili ilo uweze kuingia na kuishi katika Mji wa Yerusalemu Mpya.

Sura ya 6, "Malango Kumi na Mawili Ya Lulu na Barabara ya Dhahabu," inaeleza sababu na umuhimu wa kiroho wa Mungu kutengeneza malango kumi na mawili ya lulu, na vile vile inaeleza maana ya kiroho ya barabara ya dhahabu iliyo safi kama bilauri. Kama vile kombe linavyotoa lulu ya thamani baada ya kuvumilia uchungu mkali, sura huu inakuhimiza kupiga mbio kuelekea kwenye Malango Kumi na Mawili ya Lulu ya Yerusalemu Mpya kwa kushinda magumu na mateso yote katika imani na matumaini.

Sura ya 7, "Mwonekano wa Kusisimua," inapeleka ndani ya kuta za Yerusalemu Mpya ambapo mna mwangaza ung'aao vizuri. Utajifunza umuhimu wa kiroho wa kirai kisemacho, "Mungu na Mwanakondoo ni ndiyo hekalu lake," ukubwa na uzuri wa kasri ambapo Bwana anakaa, na utukfu wa watu watakaoingia Yerusalemu Mpya kuishi na Bwana milele.

Sura ya 8, "Nikauona Mji Mtakatifu, Yerusalemu Mpya," inatambulisha kwako nyumba ya mtu binafsi, miongoni mwa wengi ambao watakuwa wameishi maisha ya uaminifu na ya utakaso hapa duniani, ndiye atakayepokea thawabu kubwa mbinguni. Utaweza kupata picha ndogo ya siku za furaha zilizo mbele yako katika Yerusalemu Mpya kwa kusoma juu ya ukubwa tofauti tofauti na fahari ya nyumba za mbinguni, aina nyingi za vifaa, na maisha ya huko mbinguni.

Sura ya 9 na ya Mwisho, "Karamu ya Kwanza katika Yerusalemu Mpya," inakupeleka kwenye onyesho la onyesho la karamu ya kwanza itakayoandaliwa katika Yerusalemu Mpya baada ya Hukumu ya Kiti Cha Enzi Cheupe. Kwa utangulizi wa baadhi ya kina baba wa imani wanaokaa karibu na kiti cha enzi cha Mungu, Mbunguni II kinahitimisha kwa kumbariki kila msomaji ili awe na moyo ulio safi kama bilauri ili aweze kukaa karibu na kiti cha enzi cha Mungu katika Yerusalemu Mpya.

Utangulizi

Kadri unavyojifunza mengi kuhusu mbinguni, ndivyo kutakavyokushangaza. Yerusalemu Mpya, ambao unaweza kuchukuliwa kama "kiiini" cha mbinguni, ndiko utakakoona kiti cha enzi cha Mungu. Ukijua juu ya uzuri na utukufu wa Yerusalemu Mpya, utaweza kwa hakika na kwa bidii kuwa na matumaini ya mbinguni na kuwa na nia iliyo wazi kuhusu maisha yako katika Kristo.

Wakati wa kurudi kwa Yesu, baada ya kuwa amemaliza kuandaa makao kwa ajili yetu mbinguni, kumekaribia sana leo, kwa kusoma Mbunguni II: Kumejaa Utukufu Wa Mungu ni matumaini yangu kwamba utajitayarisha kwa ajili ya maisha ya milele vile vile.

Ninaomba katika jina la Bwana Yesu Kristo kwamba utaweza kukaa karibu na kiti cha enzi cha Mungu kwa kujitakasa kwa matumaini ya kudumu ya maisha katika Yerusalemu Mpya na kuwa mwaminifu katika majukumu yote uliyopewa na Mungu.

Geumsun Vin,
Mkurugenzi wa Kitengo cha Uhariri (Editorial Bureau)

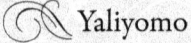
Yaliyomo

Dibaji

Utangulizi

Sura ya 1 **Yerusalemu Mpya: Kumejaa Utukufu wa Mungu** • 1

    1. Katika Yerusalemu Mpya Kuna Kiti cha Enzi cha Mungu
    2. Kiti cha Enzi cha Asili cha Mungu
    3. Bibi Harusi wa Mwanakondoo
    4. Unang'aa Kama Vito Ving'aavyo na Safi kama Bilauri

Sura ya 2 **Majina ya Makabila Kumi na Mawili na Mitume Kumi na Wawili** • 15

    1. Malaika Kumi na Wawili Hulinda Malango
    2. Majina ya Makabila Kumi na Mawili ya Israeli Yaliyoandikwa Kwenye Malango Kumi na Mawili
    3. Majina ya Mitume Kumi na Wawili Yaliyoandikwa Juu ya Misingi Kumi na Miwili

Sura ya 3 **Ukubwa wa Yerusalemu Mpya** • 35

    1. Ukipimwa kwa Mwanzi wa Dhahabu
    2. Yerusalemu Mpya wenye umbo la mchemraba

Sura ya 4 **Umetengenezwa kwa Dhahabu Safi na Vito Vya Kila Rangi** • 4

    1. Umepambwa kwa Dhahabu Safi na Kila Aina ya Vito
    2. Kuta za Yerusalemu Mpya Zimetengenezwa kwa Yaspi
    3. Umetengenezwa na Dhahabu Safi Kama Bilauri Safi

Sura ya 5 **Umuhimu wa Misingi Kumi na Miwili • 57**

    1. Yaspi: Imani ya Kiroho
    2. Yakuti: Unyoofu na Uaminifu
    3. Kalkedoni: Kutokuwa na hatia na Upendo wa Kisadaka
    4. Zumaridi: Haki na Usafi
    5. Sardoniki: Uaminifu wa Kiroho
    6. Akiki: Upendo wa Dhati
    7. Krisolitho: Rehema
    8. Zabarajadi: Saburi
    9. Yakuti ya manjano: Wema wa Kiroho
    10. Krisopraso: Kiasi
    11. Hiakintho: Usafi na Utakatifu
    12. Amethisto: Uzuri na Upole

Sura ya 6 **Malango Kumi na Mawili Ya Lulu na Barabara ya Dhahabu • 105**

    1. Malango Kumi na Mawili Yaliyotengenezwa kwa Lulu
    2. Barabara Zilizotengenezwa kwa Dhahabu Safi

Sura ya 7 **Mwonekano wa Kusisimua • 121**

    1. Hakuna haja ya Mwangaza wa Jua au Mbalamwezi
    2. Fahari ya Yerusalemu Mpya
    3. Kuishi na Bwana Aliye Bwana Harusi Wetu
    4. Utukufu wa Wakaazi wa Yerusalemu Mpya

Sura ya 8 **"Nikauona Mji Mtakatifu, Yerusalemu Mpya" • 147**

    1. Nyumba za Mbinguni Zenye Ukubwa Usiofikirika
    2. Kasri ya Kifahari Lililo na Usiri Mkamilifu
    3. Sehemu Zenye Mandhari Nzuri Za Kuona Mbinguni

Sura ya 9 **Karamu ya Kwanza Katika Yerusalemu Mpya • 179**

    1. Karamu ya Kwanza Katika Yerusalemu Mpya
    2. Manabii katika Kundi la Kwanza Mbinguni
    3. Wanawake Warembo Machoni mwa Mungu
    4. Mariamu Magdalene Akikaa Karibu an Kiti cha Enzi cha Mungu

Sura ya 1

Yerusalemu Mpya: Kumejaa Utukufu wa Mungu

1. Katika Yerusalemu Mpya Kuna Kiti ch Enzi cha Mungu
2. Kiti cha Enzi cha Asili cha Mungu
3. Bibi Harusi wa Mwanakondoo
4. Unang'aa Kama Vito Ving'aavyo na Safi kama Bilauri

"*Akanichukua katika Roho mpaka katika mlima mkubwa, mrefu, akanionesha ule mji mtakatifu, Yerusalemu, ukishuka kutoka mbinguni kwa Mwenyezi Mungu; ukiwa na utukufu wa Mungu, na mwangaza wake ulikuwa mfano wa kito chenye thamani nyingi kama kito cha yaspi, safi kama bilauri.*"

- Ufunuo 21:10-11 -

Mbinguni ni upeo katika ulimwengu wa sehemu nne, unaotawalwa na Mungu wa upendo na haki mwenyewe. Hata ijapokuwa hakuonekani kwa macho, mbunguni kweli kuko. Kutakuwa na furaha na raha nyingi mbinguni, kutoa shukrani, na utukufu vitaririka huko kwa sababu ndiyo thawabu nzuri zaidi ambayo Mungu amewaandalia watoto wake walioupokea wokovu.

Hata hivyo, kuna makao tofauti tofauti huko mbinguni. Kuna Yerusalemu Mpya ambamo ndani yake mna kiti cha enzi cha Mungu, na pia kuna Paradiso ambapo watu waliookoka kwa nadra watakaa daima. Kama vile kuishi katika kibanda na kuishi katika kasri ya kifalme kulivyo tofauti sana, hata hapa duniani kuna tofauti katika utufufu kati ya kuingia Paradiso na kuingia katika Yerusalemu Mpya.

Hata hivyo, waamini wengine wanachukulia "mbinguni" na "Yerusalemu Mpya" kuwa kitu kimoja, na baadhi yao hata hawajui kwamba kuna Yerusalemu Mpya. Hii ni hali ya kusikitisha! Si rahisi kuingia mbinguni hata ikiwa unajua habari zake. Inawezekanaje basi, mtu kuingia Yerusalemu Mpya pasipo kujua habari zake?

Kwa hiyo, Mungu alimfunulia mtume Yohana Yerusalemu Mpya na akamruhusu kuandika kwa utondoti juu yake katika Biblia. Ufunuo 21 inaelezea Yerusalemu Mpya kwa kina na Yohana aliguswa sana kwa kuungalia mji huo kwa nje tu.

Aliungama katika Ufunuo 21:10-11, "Akanichukua katika Roho mpaka katika mlima mkubwa, mrefu, akanionesha ule mji mtakatifu, Yerusalemu, ukishuka kutoka mbinguni kwa Mwenyezi Mungu; ukiwa na utukufu wa Mungu, na mwangaza wake ulikuwa mfano wa kito chenye thamani nyingi kama kito cha yaspi, safi kama bilaur."

Kwa nini basi, Yerusalemu Mpya kumejaa utukufu wa Mungu?

1. Katika Yerusalemu Mpya kuna Kiti cha Enzi cha Mungu

Katika Yerusalemu Mpya kuna Kiti cha Enzi cha Mungu. Yerusalemu Mpya kumejaa utukufu wa Mungu kwa sababu Mungu mwenyewe anaishi ndani yake?

Ndiposa unaweza kuwaona watu wakimpa Mungu utukufu, wakimshukuru na kumheshimu usiku na mchana katika Ufunuo 4:8: "Na hawa wenye uhai wanne, kila mmoja alikuwa na mabawa sita; pande zote na ndani wamejaa macho, wala hawapumziki mchana wala usiku, wakisema, Mtakatifu, Mtakatifu, Mtakatifu, Bwana Mungu Mwenyezi, aliyekuwako na aliyeko na atakayekuja.'"

Yerusalemu Mpya pia unaitwa "Mji Mtakatifu" kwa sababu umefanywa upya kwa Neno la Mungu, ambaye ni mkweli, hana makosa, na ni mwangaza wenyewe na hakuna giza lolote ndani yake.

Yerusalemu is the place where Yesu, who came in flesh to open the way of salvation for all mankind, preached the gospel na fulfilled the Law with love. Kwa hiyo, Mungu built Yerusalemu Mpya for all believers who fulfilled the Law with love to stay.

Kiti cha Enzi cha Mungu katikati ya Yerusalemu Mpya

Sasa, Kiti cha Enzi cha Mungu kiko wapi katika Yerusalemu Mpya? Jibu limefunuliwa kwetu katika Ufunuo 22:3-4:

Wala hapatakuwa na laana yoyote tena. Na kiti cha enzi cha Mungu na cha Mwana-kondoo kitakuwamo ndani yake. Na watumishi wake watamtumikia; 4 nao watamwona uso wake, na jina lake litakuwa katika vipaji vya nyuso zao..

The throne of Mungu is located at the center of Yerusalemu Mpya, na only those who obey Mungu's Word like an obedient servant can enter there na see the face of Mungu.

Hii ni kwa sababu Mungu ametuambia katika Waebrania 12:14, "Tafuteni kwa bidii kuwa na amani na watu wote, na huo utakatifu, ambao hapana mtu atakayemwona Bwana asipokuwa nao," na katika Mathayo 5:8, "Heri wenye moyo safi; Maana hao watamwona Mungu,"

Kwa hiyo, sharti utambue kwamba si kila mtu anaweza kuingia Yerusalemu Mpya iliyo na Kiti cha enzi cha Mungu.

Je, kiti cha enzi cha Mungu kinafanana na nini? Wengine wanadhani kinafanana na kiti kikubwa, lakini si hivyo. Kwa juu juu tu, kinawakilisha kiti ambacho Mungu hukalia, lakini kwa mapana zaidi, kinarejea makao ya Mungu.

Kwa hiyo, "kiti cha enzi cha Mungu" kinarejea makao ya Mungu, na karibu na kiti chake cha enzi hapo kati kati ya Yerusalemu Mpya, pinde za mvua na viti vya enzi vya wale wazee ishirini na wanne.

Pinde za mvua na viti vya enzi vya wale wazee ishirini na wanne

Unaweza kuhisi uzuri, fahari, na ukubwa wa kiti cha enzi cha Mungu katika Ufunuo 4:3-6:

na yeye aliyeketi alionekana mithili ya jiwe la yaspi na akiki, na upinde wa mvua ulikizunguka kile kiti cha enzi, ukionekana mithili ya zumaridi. Na viti ishirini na vinne vilikizunguka kile kiti cha enzi, na juu ya vile viti niliona wazee ishirini na wanne, wameketi, wameikwa mavazi meupe; na juu ya vichwa vyao walikuwa na taji la dhahabu. Na katika kile kiti cha enzi kunatoka umeme na sauti na ngurumo. Na taa saba za moto zikiwaka mbele ya kile kiti cha enzi, ndizo Roho saba za Mungu. Na mbele ya kile kiti cha enzi kulikuwa na mfano wa bahari ya kioo, kama bilauri; na katikati ya kile kiti cha enzi, na pande zote za kile kiti, walikuwako wenye uhai wanne, wamejaa macho mbele na nyuma...

Malaika wengi na jeshi la mbinguni wanamtumikia Mungu. Pia kuna viumbe wengine wa kiroho kama vile makerubi na wale viumbe wanne walio hai wanaomlinda.

Pia, bahari ya kioo imetanda mbele ya kiti cha enzi cha Mungu. Mandhari yake ni ya kupendeza sana, kuna aina nyingi za taa zinazozunguka kiti cha enzi cha Mungu na zinaakisi kwenye bahari ya kioo.

Je, wale wazee ishirini na wanne wanazungukaje kiti cha enzi cha Mungu? Kumi na wawili wako nyuma ya Bwana, na wengine kumi na wawili wako nyuma ya Roho Mtakatifu. Hawa wazee ishirini na wanne ni watu waliotengwa kwa ajili ya Mungu na wana haki ya kuwa mashahidi mbele ya Mungu.

Kiti cha enzi cha Mungu ni kizuri sana, na kinapendeza sana, na ni kikuu kushinda ufikirivu wa mwanadamu yeyote.

2. Asili ya Kiti cha Enzi cha Mungu

Matendo 7:55-56 inasimulia jinsi Stefano alivyoona kiti cha enzi cha Mwanakondoo mkono wa kuume wa kiti cha enzi cha Mungu:

Lakini yeye [Stefano] akijaa Roho Mtakatifu, akakaza macho yake, akitazama mbinguni, akauona utukufu wa Mungu, na Yesu akisimama upande wa mkono wa kulia wa Mungu. Akasema, Tazama! Naona mbingu zimefunguka, na Mwana wa Adamu amesimama mkono wa kulia wa Mungu."

Stefano alifanyika mfiadini kwa kupigwa mawe wakati akimhubiri Yesu Kristo kwa ujasiri. Muda mfupi kabla Stefano hajafa, macho yake ya kiroho yalifunguka na akamuona Bwana amesimama upande wa mkono wa kuume wa kiti cha enzi cha Mungu. Bwana hakuweza kuendelea kuketi huku akijua punde si punde Stefano angeifia dini kupitia mikono ya Wayahudi waliokuwa wamesikiza ujumbe wake. Kwa hiyo Bwana alisimama kutoka kwenye kiti chake cha enzi na kudondokwa na machozi alipomtazama Stefano akipigwa mawe hadi kufa, na Stefano aliyaona haya kwa macho yake ya kiroho yaliyokuwa wazi.

Vivyo hivyo, Stefano aliona kiti cha enzi cha Mungu ambapo Mungu na Bwana wanakaa, na sharti utambue kwamba kiti cha enzi hiki ni tofauti na kile alichoona mtume Yohana katika Yerusalemu Mpya. Kile kiti cha enzi cha Mungu alichoona Stefano ndicho kiti cha enzi cha asili cha Mungu.

Katika siku za kale, mfalme alipoondoka kutoke kwenye nyumba yake ya kifalme na kwenda kuitembelea nchi na watu, wafanya kazi wake walimjengea mahali palipofanana na ikulu ya mfalme ili akae kwa muda mfupi. Katika njia ile ile, kiti cha enzi cha Mungu katika Yerusalemu Mpya si kiti cha enzi ambapo

Mungu kwa kawaida hukaa, lakini ni kile ambacho anakaa kwa muda mfupi tu.

Kiti cha enzi cha Mungu cha asili hapo mwanzo

Mungu alikuwako peke yake, akikumbatia anga zote kabla mwanzo wa wakati (Kutoka 3:14; Yohana 1:1; Ufunuo 22:13). Anga la wakati huo si kama la leo tunaloliona kwa macho, lakini ilikuwa sehemu moja tupu kabla kugawanywa mara mbili, ulimwengu wa kiroho na ulimwengu wa kimwili. Mungu alikuwako kama mwangaza na aliangaza anga lote.

Hakuwa tu mwale wa mwangaza, lakini alikuwako kama taa zing'aazo sana, nzuri na ambazo zilikuwa kama mtiririko wa maji yenye rangi za upinde wa mvua. Unaweza kuelewa hili vizuri zaidi ukifikiria juu ya mwangaza wa Aurora unaoonekana katika Ncha ya Kaskazini. Aurora ni kundi la mwangaza wenye rangi tofauti uliotanda kama pazia, na inasemekana kwamba mandhari yake yanapendeza sana hivi kwamba kila anayeuona mara moja hataweza kusahau uzuri wake.

Basi, taa za Mungu zitakuwa nzuri sana-yeye mwenyewe ndiye Taa, na tutashindwa hata na maneno ya kuelezea uzuri wa mchanganyiko wa taa nyingi nzuri.

Ndiposa katika 1 Yohana 1:5, inasema, "Na hii ndiyo habari tuliyoisikia kwake, na kuihubiri kwenu, ya kwamba Mungu ni nuru, wala giza lolote hamna ndani yake." Sababu inayomfanya "Mungu aitwe Nuru" si kwa kuelezea maana ya kiroho tu kwamba ndani yake hamna giza kamwe, bali pia kuelezea mwonekano wa Mungu aliyekuweko kama nuru kabla mwanzo.

Mungu yule yule, ambaye alikuwako peke yake kama nuru ya anga, alijawa na sauti. Mungu alikuwako kama nuru iliyojaa sauti, na sauti hii ni "Neno" linalotajwa na Yohana 1:1: "Hapo mwanzo kulikuwako Neno, naye Neno alikuwako kwa Mungu, naye Neno alikuwa Mungu."

Katika nafasi ambayo mkuu alikuwako kama nuru akiwa na sauti yenye lahani za kupendeza, kuna nafasi tofauti kwa ajili ya Baba, Mwana, na the Roho Mtakatifu kukaa na kupumzika kibinafsi. Katika sehemu ile iliyo na kiti cha enzi cha asili cha Mungu, katika nafasi ya mwanzo, kuna nafasi ya kupumzika, vymba vya kufanyia mazungumzo, na pia njia za matembezi. Wanaoruhusiwa hapa ni malaika maalum na wale ambao mioyo yao inafanana na moyo wa Mungu mwenyewe. Mahali hapa pamejitenga, ni pa ajabu na salama. Isitoshe, mahali hapa palipo na kiti cha enzi cha Mungu, Utatu uko pale kwenye nafasi aliyokuwako Mungu peke yake hapo mwanzo, na ni mbingu ya nne, iliyo tofauti na Yerusalemu Mpya katika mbingu ya tatu.

3. Bibi Harusi wa Mwanakondoo

Mungu anataka watu wote wafanane na moyo wake na waingine Yerusalemu Mpya. Hata hivyo, bado alionyesha rehema zake kwa wale ambao hawajafikisha kiwango hiki cha kutakaswa kupitia kwa uimarishaji wa mwanadamu. Aliugawa ufalme wa mbinguni katika makao mengi kuanzia Paradiso hadi Ufalme wa Mbinguni wa kwanza, wa Pili, na Watatu na kuwapa thawabu watoto wake kulingana na matendo yao.

Mungu anawapa watoto wake wa kweli Yerusalemu Mpya, hawa ni wale watoto ambao wametakaswa na wamekuwa waaminifu katika nyumba yake yote. Amejenga Yerusalemu

Mpya katika kuikumbuka Yerusalemu, ulio msingi wa injili, na na kama chombo cha kubeba kila kitu kuhusu jinsi walivyokamilisha sheria kwa upendo.

Tunaweza kusoma kutoka Ufunuo 21:2 kwamba Mungu ameandaa Yerusalemu Mpya vizuri sana hivi kwamba Mji huo unamkumbusha Yohana juu ya bibi harusi aliyepambwa tayari kwa bwana harusi wake:

> Nami nikauona mji ule mtakatifu, Yerusalemu mpya, ukishuka kutoka mbinguni kwa Mungu, umewekwa tayari, kama bibi arusi aliyekwisha kupambwa kwa mumewe.

Yerusalemu Mpya ni kama bibi harusi aliyepambwa vizuri

Mungu anaandaa makao mazuri sana mbinguni kwa ajili ya mabibi harusi wa Bwana wanaojiandaa kwa kujipamba tayari kumpokea bwana harusi wa kiroho, Bwana Yesu kwa kuitahiri mioyo yao. Mahali pazuri zaidi kati ya makao haya ya milele ni ule Mji wa Yerusalemu Mpya.

Ndiposa Ufunuo 21:9 inaelezea Mji wa Yerusalemu Mpya, ambao ndio uliopambwa vizuri kwa ajili ya kuwa bibi harusi wa Bwana, kama "Bibi harusi, mke wa Mwana-kondoo."

Mji wa Yerusalemu Mpya utakuwa wa kusisimua sana kwa maana ndio thawabu nzuri zaidi kwa ajili ya mabibi harusi wa Bwana ambao Mungu wa upendo alijiandalia mwenyewe. Watu wataguswa sana wakati watakapoingia katika makao yao, yaliyojengwa na kutunzwa na upendo wa Mungu na umakinifu wa kina na wa kiufundi sana. Hii ni kwa sababu Mungu anaitengeneza kila nyumba vizuri kuendana na mmiliki wake.

Bibi harusi anamhudumia mume wake na kumpa mahali pa kupumzika. Katika maana hiyo hiyo, nyumba za Yerusalemu Mpya huhudumia na kuwapokea mabibi harusi wa Bwana. Mahali hapo ni pana faraja sana na salama kiasi kwamba watu wanajawa na furaha na raha.

Katika ulimwengu huu, haijalishi mke anamhudumia mumewe jinsi gani, hawezi kumpa amani na raha. Hata hivyo, nyumba za Yerusalemu Mpya zinaweza kuleta amani na raha ile ambayo watu hawawezi kuipata katika ulimwengu huu kwa sababu hizo nyumba zimetengenezwa vizuri kumridhisha mmiliki wake. Nyumba zimejengwa vizuri na kwa njia ya kifahari kulingana na matakwa ya wamiliki kwa ni za watu ambao mioyo yao inafanana na moyo wa Mungu. Nyumba hizi ni nzuri sana na za kupendeza kwa kuwa Bwana alisimamia ujenzi wake.

Ikiwa unaamini katika mbinguni, utafurahi ukifikira jinsi malaika wengi wanavyojenga nyumba za mbinguni kwa dhahabu na vito kwa kufuata sheria ya Mungu ambayo humtuza kila mtu kulingana na matendo yake.

Maisha ya Yerusalemu Mpya yatakuwa ya furaha sana na yenye raha nyingi, Yerusalemu Mpya itakuhudumia na kukumbatia kama mke.

Nyumba za mbinguni zimepambwa kulingana na matendo ya mtu

Nyumba za mbinguni zilianza kujengwa tangu wakati ule Bwana alipofufuka na kupaa mbinguni, na zinaendelea kujengwa hadi sasa kulingana na matendo yetu. Hivyo, ujenzi wa nyumba za watu ambao maisha yao yamefikia mwisho hapa duniani zimekamilika; misingi inawekwa na nguzo zinakitwa kwenda juu kwenye baadhi ya nyumba; na kazi za ujenzi kwenye nyumba nyingine ziko karibu kukamilika.

Wakati nyumba zote za waamini zimekamilika, Bwana atarudi duniani lakini wakati huu atarudi hewani:

Nyumbani mwa Baba yangu mna makao mengi; kama sivyo, ningaliwaambia; maana naenda kuwaandalia mahali. Basi mimi nikienda na kuwaandalia mahali, nitakuja tena niwakaribishe kwangu; ili nilipo mimi, nanyi muwepo. (Yohana 14:2-3)

Makao ya milele ya watu waliookoka yanaamuliwa wakati wa Hukumu ya Kiti che Enzi Cheupe.

Wakati mmiliki atakapoingia katika nyumba yake baada ya makao na thawabu kuamuliwa kulingana na kiwango cha imani cha kila mtu, nyumba itang'aa kabisa. Ni kwa sababu mmiliki na nyumba vinaendana wakati mwenyewe anapoingia nyumba yake kama vile mke na mume wanavyokuwa mwili mmoja.

Yerusalemu Mpya itajaa utukufu wa Mungu kwa kuwa ndani yako mna kiti cha enzi cha Mungu, na nyumba nyingi zinajengwa kwa ajili ya wana wa kweli wa Mungu ambao wanaweza kushiriki naye upendo wa kweli milele.

4. Unang'aa kama Vito Ving'aavyo na Safi kama Bilauri

Mtume Yohana akiongozwa na Roho Mtakatifu, alishangaa alipouona Mji Mtakatifu wa Yerusalemu Mpya, na akaweza tu kusema maneno yafuatayo:

Akanichukua katika Roho mpaka katika mlima mkubwa, mrefu, akanionesha ule mji mtakatifu, Yerusalemu, ukishuka kutoka mbinguni kwa Mwenyezi Mungu; ukiwa na utukufu wa Mungu, na mwangaza wake ulikuwa mfano wa kito chenye thamani nyingi kama kito cha yaspi, safi kama bilauri (Ufunuo 21:10-11).

Yohana alimpa Mungu utukufu wakati alipokuwa akiutazama mji wa kifahari wa Yerusalemu Mpya kutoka juu ya mlima, wakati alipoongozwa na Roho Mtakatifu.

Yerusalemu Mpya, unang'aa kwa utukufu wa Mungu

Je, inamaanisha nini kusema mwangaza wa Yerusalemu Mpya unaong'aa kwa utukufu wa Mungu ni "mfano wa kito chenye thamani nyingi kama kito cha yaspi, safi kama bilauri"? Kuna aina nyingi za vito na vina majina tofauti kulingana na viungo na rangi zake. Ili kito kiitwe cha thamani, kila jiwe sharti litoe rangi ya kupendeza sana. Hivyo, kauli isemayo "mfano wa kito chenye thamani" inamaanisha ni ukamilifu wa uzuri. Mtume Yohana alilinganisha mwangaza mzuri wa Yerusalemu Mpya na yale mawe ya thamani ambayo watu huyaona kuwa ya thamani sana na mazuri.

Isitoshe, Yerusalemu Mpya kuna nyumba kubwa na ndefu sana, na kumepambwai na vito vya mbinguni vinavyong'aa kwa mwangaza wa kupendeza sana, na unaweza kutambua kwamba taa zinang'aa na nzuri hata ukiuangalia mji huo kutoka mbali. Taa za samawati, nyeupe ambazo zinametameta kwa rangi nyingi zinaonekana kukumbatia Yerusalemu Mpya. Haya ni mandhari ya kuvutia na kupendeza sana.

Ufunuo 21:18 unatuambia kwamba ukuta wa Yerusalemu Mpya umetengenezwa kwa yaspi. Tofauti ya yaspi isiyopitisha mwangaza hapa duniani, yaspi ya mbinguni ina rangi ya samawati na inapendeza sana na safi hivi kwamba unapoiangalia, unahisi kana kwamba unaangalia maji safi. Ni vigumu sana kuelezea uzuri wa rangi zake kwa kulinganisha na vitu vya hapa duniani. Huenda inaweza kulinganishwa na mwangaza wa samawati unaokisiwa kwenye mawimbi masafi. Zaidi ya hayo, tunaweza tu kuelezea rangi yake kuwa safi, ya samawati, na nyeupe. Yaspi inawakilisha ubora wa hali ya juu na usafi wa Mungu, na haki ya Mungu ambayo haina mawaa, safi na aminifu.

Kuna aina nyingi za bilauri, na kwa lugha ya mbinguni inawakilisha hali ya kutokuwa na rangi, inayoonyesha, na jiwe gumu ambalo ni halina uchafu ni safi kama maji salama. Bilauri safi na isiyo chafu imetumika sana kwa mapambo tangu zamani kwa sababu si tu kwamba ni safi na inayoonyesha, bali pia inaakisi taa vizuri sana.

Ijapokuwa bilauri si ghali sana, inaakisi kwa njia ya kifahari taa na kuzifanya zionekane kama pinde za mvua. Zaidi ya hayo, Mungu ameweka mng'ao wa utukufu kwenye bilauri za mbinguni kwa nguvu zake, kwa hiyo haziwezi kulinganishwa na zile zilizo katika dunia hii. Mtume Yohana anajaribu kueleza uzuri, usafi, na fahari ya Yerusalemu Mpya kwa kutumia bilauri.

Mji Mtakatifu wa Yerusalemu Mpya umejaa utukufu wa ajabu wa Mungu. Mji wa Yerusalemu Mpya utakuwa wa kupendeza sana, mzuri na ung'aao kwa kuwa ndani yake mna kiti cha enzi cha Mungu na kilele ambapo Mungu alijiumba katika Utatu.

Sura ya 2

Majina ya Makabila Kumi na Mawili na Mitume Kumi na Wawili

1. Malaika Kumi na Wawili Hulinda Malango

2. Majina ya Makabila Kumi na Mawili ya Israeli Yaliyoandikwa Kwenye Malango Kumi na Mawili

3. Majina ya Mitume Kumi na Wawili Yaliyoandikwa Juu ya Misingi Kumi na Miwili

"ulikuwa na ukuta mkubwa, mrefu, wenye milango kumi na miwili, na katika ile milango malaika kumi na wawili; na majina yameandikwa ambayo ni majina ya makabila kumi na mawili ya Waisraeli. 13 Upande wa mashariki milango mitatu; na upande wa kaskazini milango mitatu; na upande wa kusini milango mitatu; na upande wa magharibi milango mitatu. 14 Na ukuta wa mji ulikuwa na misingi kumi na miwili, na katika ile misingi kulikuwa na majina kumi na mawili ya wale mitume kumi na wawili wa Mwana-kondoo."

- Ufunuo 21:12-14 -

Yerusalemu Mpya umezungukwa na kuta zinazotoa taa zing'aazo na kumetameta. Kila mtu atashangaa sana kuona ukubwa, fahari, uzuri, na utukufu wa kuta hizi.

Mji una umbo la mchemraba na una malango matatu kila upande: mashariki, magharibi, kaskazini, na kusini. Una jumla ya malango kumi na mawili na ni mkubwa sana. Malaika wenye hadhi kubwa na taadhima hulinda kila lango na majina ya makabila kumi na mawili yameandikwa kwenye malango haya.

Pia kuzunguka kuta za Yerusalemu Mpya kuna misingi kumi na miwili ambayo juu yake kuna nguzo kumi na mbili na majina ya wanafunzi kumi na wawili yamenakiliwa. Kila kitu katika Yerusalemu Mpya kimetengenezwa na nambari 12, msingi wake ukiwa ni nambari ya mwangaza. Hii ni kumsaidia kila mtu aweze kuelewa kwamba Yerusalemu Mpya ni mahali kwa wale wana wa nuru ambao mioyo yao inafanana na moyo wa Mungu, ambaye mwenyewe ni nuru.

Hebu sasa tuangalie sababu zinazowafanya malaika kumi na wawili kulinda malango kumi na mawili ya Yerusalemu Mpya na majina ya makabila kumi na mawili na mitume kumi na wawili yamenakiliwa kila mahali katika Mji.

1. Malaika Kumi na Wawili Hulinda Malango

Katika siku za kale, askari wengi au walinzi walilinda malango ya kasri mlimoishi na kukaa wafalme au viongozi wengine wenye vyeo vikubwa. Kipimo hiki kilikuwa muhimu katika kulinda majumba kutokana na uvamizi wa aadui na watu wasioalikwa. Hata hivyo, malaika kumi na wawili wanalinda malango ya Yerusalemu Mpya hata ijapokuwa hakuna anayeweza kuingia au

17

kuvamia atakavyo kwa sababu Mji una kiti cha enzi cha Mungu. Sasa sababu hasa ni gani?

Kuonyesha utajiri, mamlaka, na utukufu

Mji wa Yerusalemu Mpya ni mkubwa sana na wa kifahari kushinda ufikirivu wetu. Ule Mji wa Forbidden City wa China ambao ndani yake mliishi wafalme ukubwa wake ni sawa n nyumba ya mtu binafsi katika Yerusalemu Mpya. Hata ukubwa wa Ukuta Mkubwa wa China (Great Wall of China), ambao ni mmoja wa Maajabu Saba Duniani ya Zamani, hauwezi kulinganishwa na ule wa Mji wa Yerusalemu Mpya.

Sababu ya kwanza inayofanya kuwe na malaika kumi na wawili wanaolinda malango ni kuashiria utajiri na heshima, mamlaka, na utukufu. Hata leo, watu wenye uwezo au matajiri wana walinzi wao wa kibinafsi ndani na nje ya nyumba zao, na hii inaonyesha utajiri na mamlaka ya wakaazi wake.

Hivyo, bila shaka malaika walio na vyeo vya juu hulinda malango ya Mji wa Yerusalemu Mpya ulio na kiti cha enzi cha Mungu. Mtu anaweza kuhisi mamlaka ya Mungu na wakaazi wa Yerusalemu Mpya kwa kutazamana wale malaika kumi na wawili, ambao uwepo wake unaongezea uzuri na utukufu wa Yerusalemu Mpya wenyewe.

Kuwalinda wana wa Mungu wanaotambuliwa

Sasa basi, sababu ya pili inayowafanya malaika kumi na wawili kulinda malango ya Yerusalemu Mpya? Waebrania 1:14 inauliza, "Je! Hao wote si roho watumikao, wakitumwa kuwahudumia wale watakaourithi wokovu?" Mungu huwalinda watoto wake wanaishi katika dunia hii kwa macho yake yanayowaka moto na kwa malaika aliowatuma. Hivyo, wale wanaoishi kulingana na Neno la Mungu hawatafanyiwa hila na Shetani bali watalindwa kutokana na majaribu, mateso, majanga ya kibinadamu na ya kiasili, magonjwa, na ajali.

Pia, kuna malaika wasiohesabika mbinguni ambao hutekeleza majukumu yao kulingana na amri ya Mungu. Miongoni mwao ni malaika ambao huangalia, kunakili, na kumwambia Mungu kila tendo la kila mtu awe mwamini au asiwe mwamini. Katika Siku ya Hukumu, Mungu atakumbuka kila neno lililotamkwa na kila mtu, na kumpa thawabu kulingana na matendo yake.

Vivyo hivyo, malaika wote ni roho ambao Mungu anawadhibiti, na bila shaka wanawalinda na kuwatunza wana wa Mungu hata huko mbinguni. Hakutakuwa na ajali zozote au hatari huko mbinguni kwa kuwa hakuna giza la yule adui shetani, lakini ni jukumu la kawaida kwao kuwahudumia mabwana wao. Kazi hii si ya kufanywa kulazimishwa na mtu yeyote lakini inatekelezwa kwa hiari kulingana na mpangilio na amani ya upeo wa kiroho; ni kazi ya kawaida au kiasilia waliyopewa malaika.

Kudumisha mpangilio wa amani wa Yerusalemu Mpya

Sasa basi, sababu ya tatu inayowafanya malaika kumi na wawili kulinda malango ya Yerusalemu Mpya ni gani?

Mbinguni ni mahali pakamilifu pa kiroho pasipokuwa na ila yoyote, na kunaendeshwa kwa mpangilio mzuri sana. Hakuna chuki, magombano, au amri bali unaendeshwa na kutunzwa na mipangilio ya Mungu.

Nyumba iliyogawanyika itaanguka. Vivyo hivyo, hata ulimwengu wa Shetani hauwezi kujipinga wenyewe bali hufanya kazi kwa kufuata mfumo fulani (Marko 3:22-26). Basi, ufalme wa Mungu utaimarishwa na kuendeshwa kwa mpangilio mzuri sana.

Kwa mfano, karamu zinazoandaliwa katika Yerusalemu Mpya hufuata mfumo au mpangilio huo. Nafsi zilizookolewa katika Ufalme wa Tatu, wa Pili na wa Kwanza, na Paradiso zitaingia Yerusalemu Mpya kwa mwaliko pekee, pia kwa kufuata mpangilio wa kiroho. Huko, watampendeza Mungu na kushiriki furaha pamoja na wakaazi wa Yerusalemu Mpya.

Ikiwa zile nafsi zilizookolewa katika Paradiso, Ufalme wa Kwanza, wa Pili na Watatu wanaweza kuingia bure Yerusalemu Mpya wakati wowote wanapotaka, kungefanyika nini? Kama vile thamani ya vitu vyenye thamani kubwa hushuka wakati vinapokosa kusimamiwa vizuri baada ya muda fulani, vivyo hivyo ikiwa mpangilio wa Yerusalemu Mpya utavunjika, uzuri wake hauwezi kutunzwa vizuri.

Kwa hiyo, ili kuwe na mpangilio wa amani katika Yerusalemu Mpya, kuna umuhimu wa malango kumi na mawili na malaika wanaolinda kila lango. Wale waamini walio katika Ufalme wa Tatu wa Mbinguni na chini hawawezi kuingia Yerusalemu Mpya bure hata ikiwa hakuna malaika wa kulinda lango kwa sababu tofauti ya utukufu. Malaika huhakikisha kwamba mpangilio unatunzwa vizuri zaidi.

2. Majina ya Makabila Kumi na Mawili ya Israeli Yaliyoandikwa Kwenye Malango Kumi na Mawili

Sasa basi, sababu ya kuandika majina ya makabila kumi na mawili ya Israeli kwenye malango ya Yerusalemu Mpya? Majina ya makabila kumi na mawili ya Israeli yanaashiria ukweli kwamba malango kumi na mawili ya Yerusalemu Mpya yalianza na makabila kumi na mawili ya Israeli.

Chimbuko la kutengeneza malango kumi na mawili

Adamu na Hawa, waliofukuzwa kutoka Bustani ya Edeni kwa sababu ya dhambi ya uasi takriban miaka 6,000 iliyopita, walizaa watoto wengi wakati walipokuwa wakiishi hapa duniani. Wakati ulimwengu ulipokuwa umejaa dhambi, kila mtu isipokuwa Nuhu na familia yake, mtu mwenye haki miongoni mwa watu wa wakati wake, aliadhibiwa na kuangamizwa kwa maji.

Kisha yapata miaka 4,000 iliyopita Ibrahimu alizaliwa, na wakati ulipofika, Mungu alimuimarisha kama baba wa imani na akambariki sana. Mungu alimwahidi Ibrahimu katika Mwanzo 22:17-18.

katika kubariki nitakubariki, na katika kuzidisha nitauzidisha uzao wako kama nyota za mbinguni, na kama mchanga ulioko pwani; na uzao wako utamiliki lango la adui zao; na katika uzao wako mataifa yote ya dunia watajibarikia; kwa sababu umetii sauti yangu.

Mungu mwaminifu alimuimarisha Yakobo, mjukuu wa Ibrahimu, kama mwanzilishi wa Israeli, na akatengeneza msingi wa kuunda taifa na watoto wake kumi na wawili. Kisha yapata miaka 2,000 iliyopita, Mungu alimtuma Yesu mtu wa ukoo wa kabila la Yuda na akafungua njia ya wokovu kwa wanadamu wote. Katika njia hii, Mungu aliwatengeneza watu wa Israeli kwa makabila kumi na mawili ili kutimiza baraki aliyomkirimia Ibrahimu. Isitoshe, ili kuweka ishara na kuwekea alama ukweli huu, Mungu alitengeneza malango kumi na mawili katika

Yerusalemu Mpya na kuandika majina ya makabila haya kumi na mawili ya Israeli.

Sasa, natumwangalia Yakobo kwa makini, baba wa Israeli, na yale makabila kumi na mawili.

Yakobo baba wa Israeli na watoto wake kumi na wawili

Yakobo, mjukuu wa Ibrahimu na mwana wa Isaka, alitwaa haki ya mzaliwa wa kwanza kutoka kwa kaka yake Esau kwa njia ya ujanja na ikabidi amtoroke ndugu yake na kwenda kuishi mjomba wake Labani. Katika kipindi cha miaka ishirini cha kuishi nyumbani kwa Labani, Mungu alimtakasa Yakobo hadi akawa baba wa Israeli.

Mwanzo 29:21 na kuendelea inaeleza kwa kina ndoa za Yakobo na kuzaliwa kwa watoto wake kumi na wawili. Yakobo alimpenda Raheli na akaahidi kumtumikia Labani kwa miaka saba ili amuoe, lakini alidanganywa na mjomba wake na badala yake akamuoa Lea, dada yake. Ilibidi amwahidi Labani kwamba atamtumikia kwa miaka saba mingine ili amuoe. Hatimaye Yakobo alimuoa Raheli na akampenda Raheli kuliko Lea.

Mungu alimhurumia Lea, ambaye hakuwa akipendwa na mumewe, na akalifungua tumbo lake. Lea alimzaa, Reubeni, Simeoni, Lawi, na Yuda. Raheli alipendwa na Yakobo, lakini hakuweza kuzaa watoto wa kiume kwa muda. Alimuonea wivu dadake Lea na akampa mume wake mjakazi aliyeitwa Bilha awe mke wake. Bilha alimzaa Dani na Naftali. Wakati Lea alipokuwa hawezi kupata mimba, alimpa Yakobo mjakazi wake aliyeitwa Zilpa awe mkewe, na Zilpa akamzaa Gadi na Asheri.

Baadaye, Lea alikubaliana na Raheli kwamba alale na Yakobo na apewe tunguja za mtoto wake wa kwanza wa kiume Reubeni. Akamzaa Isakari na Zabuloni, na binti yake Dina. Kisha Mungu akamkumbuka Raheli ambaye alikuwa tasa na akalifungua tumbo lake, na wakati huu akamzaa Yusufu. Baada ya kuzaliwa Yusufu, Yakobo alipokea amri kutoka kwa Mungu kuvuka mto Yaboki na kurudi kwenye mji wake na wake zake wawili, vijakazi wake wawili, na wanawe kumi na mmoja.

Yakobo alipitia majaribu alipokuwa kwa mjomba wake Labani kwa miongo miwili. Baada ya hiyo alijinyenyekeza na kuomba akateguka uvungu wa paja lake pale kwenye Mto Yaboki, alipokuwa njia kurudi mjini kwao. Kisha akapokea jina jipya la "Israeli" (Mwanzo 32:28). Pia Israeli alipatana na kakake Esau na kuishi nchini Kanaani. Alipokea baraka za kuwa baba wa Israeli na akapata mtoto wake wa mwisho wa kiume, Benyamini, kupitia kwa mkewe Raheli.

Makabila kumi na mawili ya Israeli, watu wa Mungu waliochaguliwa

Yusufu, ambaye alipendwa na babake kupita wote kati ya watoto kumi na wawili Israeli, aliuzwa Misri na ndugu zake waliogubikwa na wivu akiwa na umri wa miaka kumi na saba. Hata hivyo, kupitia kwa majaliwa ya Mungu, alipofikisha umri wa miaka thelathini Yusufu alikuwa waziri mkuu wa Misri. Huku akijua kwamba kungetokea njaa katika nchi ya Kanaani, Mungu alimtuma Yusufu kwenda Misri kwanza, na kisha akaruhusu familia yake yote kuhamia huko ili waongezeke na kuwa wengi kiasi cha kuwa taifa.

Katika Mwanzo 49:3-28, Israeli anawabariki watoto wake kumi na wawili muda mfupi kabla akate roho, na hao ndio yale makabila kumi na mawili ya Israeli:

"Reubeni, u mzaliwa wangu wa kwanza,

Nguvu zangu, na malimbuko ya uwezo wangu.
Umewapita wengine kwa ukuu na kwa nguvu.
(kif. 3)…
Simeon na Simeoni na Lawi ni ndugu;
Panga zao ni silaha za jeuri.
(kif. 5)…
Yuda, ndugu zako watakusifu (kif. 8)…
Zabuloni atakaa pwani za bahari (kif. 13)…
Isakari ni punda hodari,
Ajilazaye kati ya mazizi ya kondoo (kif.14);
Dani atahukumu watu wake,
Kama moja ya makabila ya Israeli(kif.16)
Gadi, jeshi litamsonga,
Lakini atawasonga wao mpaka visigino (kif.19)
Asheri, chakula chake kitakuwa kinono (kif. 20)…
Naftali ni Ayala aliyefunguliwa,
Anatoa maneno mazuri (kif. 21)…
Yusufu ni mti mchanga wenye kuzaa,
Mti mchanga wenye kuzaa karibu na chemchemi (kif. 22)…
Benyamini mbwamwitu mwenye kuraruaraua
(kif. 27)…"

Haya yote ni makabila kumi na mawili ya Israeli, na haya ndiyo aliyosema baba yao wakati alipokuwa akiwabariki, alimpa kila mmoja wao baraka zilizomfaa. Baraka zilikuwa tofauti kwa sababu kila mtoto wa kiume (kabila) alikuwa na hulka tofauti, nafsi, utendaji, na asili.

Kupitia Musa, Mungu aliyapa Sheria yale makabila kumi na mawili ya Israeli yaliyotoka Misri, na kuanza kuwaongoza kuelekea nchi ya Kanaani, inayotitirika maziwa na asali. Katika Kumbukumbu 33:5-25, tunamuona Musa akiwabariki watu wa

Israeli kabla hajaaga dunia.

"Reubeni ni aishi, asife,
Lakini watu wake na wawe wachache (kif. 6) ...
Isikize, Ee BWANA, sauti ya Yuda,
Umlete ndani kwa watu wake (kif. 7) ...
Akamnena Lawi,
"Thumimu yako na Urimu yako vina mtakatifu wako"
(kif. 8) ...
Akamnena Benyamini,
"Mpenzi wa BWANA atakaa salama kwake" (kif. 12) ...
Na Yusufu akamnena,
"Nchi yake na ibarikiwa na BWANA,
Kwa vitu vya thamani vya mbinguni, kwa huo umande,
Na kwa kilindi kilalacho chini" (kif. 13) ...
Nao ni makumi ya maelfu ya Efraimu,
Nao ni maelfu ya Manase (kif. 17) ...
Na Zabuloni akamnena,
"Furahi Zabuloni, katika kutoka kwako,
Na Isakari, katika hema zako." (kif. 18) ...
Na Gadi akamnena,
"Na abarikiwe amwongezaye Gadi" (kif. 20) ...
Na Dani akamnena,
"Dani ni mwanasimba,
Arukaye kutoka Bashani" (kif. 22) ...
Na Naftali akamnena,
"Ee Naftali, uliyeshiba fadhili,
Uliyejawa na Baraka ya BWANA"
(kif. 23) ...
Na abarikiwe Asheri kwa watoto;
Na akubaliwe katika nduguze (kif. 24) ..."

Miongoni mwa wana kumi na wawili wa Israeli, Lawi alitengwa kutoka yale makabila kumi na mawili ili aweze kuwa makuhani na kuwa wa Mungu. Badala yake, wana wawili wa Yusufu, Manase na Efraimu walikuwa ndio makabila mawili yaliyochukua mahali pa Walawi.

Majina ya makabila kumi na mawili yaliyoandikwa kwenye malango kumi na mawili

Sasa basi, sisi ambao si wa makabila kumi na mawili ya Israeli au wa ukoo wa moja kwa moja wa Ibrahimu, tunawezaje kuokolewa na kupitia malango kumi na mawili ambayo yameandikwa majina ya makabila kumi na mawili ya Israeli?

Tunaweza kupata jibu la swali hilo katika kitabu cha Ufunuo 7:5-8:

Wa kabila la Yuda elfu kumi na mbili waliotiwa mhuri.
Wa kabila la Reubeni elfu kumi na mbili.
Wa kabila la Gadi elfu kumi na mbili.
Wa kabila la Asheri elfu kumi na mbili.
Wa kabila la Naftali elfu kumi na mbili.
Wa kabila la Manase elfu kumi na mbili.
Wa kabila la Simeoni elfu kumi na mbili.
Wa kabila la Lawi elfu kumi na mbili.
Wa kabila la Isakari elfu kumi na mbili.
Wa kabila la Zabuloni elfu kumi na mbili.
Wa kabila la Yusufu elfu kumi na mbili.
Wa kabila la Benyamini elfu kumi na mbili waliotiwa mhuri.

Katika vifungu hivi, jina la kabila la Yuda limewekwa kwanza na jina la kabila la Reubeni linafuata tofauti na ilivyo katika kitabu cha Mwanzo na cha Kumbukumbu la Torati. Na jina la kabila la Dani limefutwa na kukaongezwa jina la kabila la Manase.

Dhambi kubwa ya kabila la Dani imenakiliwa katika 1 Wafalme 12:28-31.

Kwa hiyo mfalme akafanya shauri, akatengeneza ng'ombe wawili wa dhahabu, akawaambia watu, Ni vigumu kwenu kupanda kwenda Yerusalemu; tazama, hii ndiyo miungu yenu, enyi Israeli, iliyowapandisha kutoka nchi ya Misri. Akamweka mmoja katika Betheli, na wa pili akamweka katika Dani. Jambo hili likawa dhambi, maana watu walikwenda kuabudu mbele ya kila mmoja, hata huko Dani. Tena akafanya nyumba za mahali pa juu, akafanya na watu wowote, watu wasio wa wana wa Lawi, kuwa makuhani.

Yeroboamu, ambaye alikuwa mfalme wa kwanza wa Ufalme wa Kaskazini wa Israeli, alijisemea ikiwa watu wataenda kutoa sadaka hekaluni mwa BWANA huko Yerusalemu, pia wangetoa ahadi ya kuwa waaminigu kwa bwana wao, Rehoboamu mfalme wa Yuda. Mfalme alitengeneza ndama wawili wa dhahabu, na akamweka mmoja Betheli, na wa pili akamweka katika Dani. Aliwakataza watu kukwea kwenda Yerusalemu kumtolea Mungu sadaka na akawashawishi kutumika Betheli na Dani.

Kabila la Dani lilitenda dhambi ya kuabudu sanamu na kuwafanya watu wa kawaida kuwa makuhani wa Mungu hata ingawa walioruhusiwa kuwa makuhani walikuwa Walawi peke yake. Na wakaanzisha sherehe katika siku ya kumi na tano ya mwezi wa nane, kama ile sherehe iliyofanyika Yuda. Dhambi hizi zote hazikuweza kusamehewa na Mungu na hivyo akawaacha.

Kwa hiyo, jina la kabila la Dani likaachwa nje na mahali pake pakachukuliwa na jina la kabila la Manase. Kuwekwa kwa jina la kabila la Manase kulitabiriwa katika Mwanzo 48:5. Yakobo alimwambia mwanawe Yusufu:

> Basi sasa wanao wawili uliozaliwa katika nchi ya Misri kabla sijaja kwako Misri ni watoto wangu, yaani, Efraimu na Manase watakuwa wangu, kama Reubeni na Simeoni.

Yakobo, babake Israeli, tayari alimtia muhuri Manase na Efraimu kama watu wake. Kwa hiyo, katika kitabu cha Ufunuo katika Agano Jipya, jina la Manase limenakiliwa mahali pa jina la Dani.

Kule kunakiliwa kwa jina la kabila la Manase miongoni mwa makabila kumi na mawili ya Israeli katika njia hii hata ijapokuwa hakuwa mmoja wa viongozi kumi na wawili wa Israeli, kunaonyesha kwamba Mataifa wangechukua nafasi ya Waisraeli na kuokolewa.

Mungu aliweka msingi wa taifa kupitia kwa makabila kumi na mawili ya Israeli. Takriban miaka elfu mbili iliyopita, alifungua lango la kuziosha dhambi zetu kupitia kwa damu ya thamani ya Yesu Kristo msalabani na akamruhusu kila mtu kupokea wokovu kwa imani.

Mungu aliwachagua watu wa Israeli waliotokana na makabila kumi na mawili ya Israeli na akawaita "Watu wangu," lakini kwa kuwa mwishowe wakashindwa kuyafuata mapenzi ya Mungu, injili ilienda kwa Mataifa.

Mataifa, ambao ni mche wa mzeituni wa mwituni uliounganishwa, wamechukua nafasi ya watu wa Israeli waliochaguliwa na Mungu ambao ndio mche wa mzeituni. Ndiposa mtume Paulo alisema katika Warumi 2:28-29 kwamba

"Maana yeye si Myahudi aliye Myahudi kwa nje tu, wala tohara siyo ile ya nje tu katika mwili; bali yeye ni Myahudi aliye Myahudi kwa ndani, na tohara ni ya moyo, katika roho, si katika andiko; ambaye sifa yake haitoki kwa wanadamu bali kwa Mungu.."

Kwa kifupi, Mataifa wamechukua nafasi ya watu wa Israeli katika kutimiza lengo la Mungu kama vile kabila kabila la Dani lilivyofutiliwa mbali na mahali pake pakachukuliwa na kabila la Manase. Kwa hiyo, hata Mataifa wanaweza kuingia Yerusalemu Mpya kupitia malango kumi na mawili alimradi wana kiwango kifaacho cha imani.

Kwa hiyo, si wale tu wanaotoka katika makabila kumi na mawili ya Israeli, watapokea wokovu, bali pia wale wanaofanyika uzao wa Ibrahimu katika imani. Mataifa wanapoamini, Mungu hawahesabu tena kama "Mataifa" bali anawaona kama wamoja wa makabila kumi na mawili. Mataifa yote yataokolewa kupitia kwa malango kumi na mawili, na hii ndiyo haki ya Mungu.

Isitoshe, "makabila kumi na mawili" ya Israeli kiroho yanarejea watoto wote wa Mungu wanaookolewa kwa imani, na Mungu ameandika majina ya makabila kumi na mawili kwenye malango kumi na mawili ya Yerusalemu Mpya kuashiria kitendo hiki.

Hata hivyo, kama vile nchi tofauti na sehemu tofauti zilivyo na tabia tofauti, utukufu wa kila kabila kati ya makabila kumi na mawili na malango kumi na mawili ni tofauti mbinguni.

3. Majina ya Mitume Kumi na Wawili Yaliyoandikwa Juu ya Misingi Kumi na Miwili

Sasa, basi, nini sababu ya majina ya mitume kumi na wawili kuandikwa juu ya misingi kumi na miwili ya Yerusalemu Mpya?

Ili mtu aweze kujenga nyumba, lazima kuwe na misingi ili kukita nguzo juu yake. Ni rahisi kukadiria ukubwa wa jingo ukiangalia kina cha msingi wake. Misingi ni muhimu sana kwa sababu inapaswa kuhimili uzito wa jingo zima.

Katika njia hiyo hiyo, misingi kumi na miwili iliwekwa ili kujenga kuta za Yerusalemu Mpya na nguzo kumi na mbili, ambayo kati yake mlijengwa malango kumi na mawili. Kisha malango kumi na mawili yakatengenezwa. Ukubwa wa misingi kumi na miwili ni mkubwa sana kupita uelewa wetu, na tutaenda kuchambua hili katika sura inayofuata.

Misingi kumi na miwili, ni muhimu kushinda malango kumi na mawili

Kila kivuli kinatoa picha ile ile. Kwa njia hiyo hiyo, Agano la Kale ni kivuli cha Agano Jipya kwa sababu Agano la Kale liliongea kuhusu Yesu ambaye alikuwa atakuja hapa ulimwenguni kama Mwokozi, na Agano Jipya linanakili huduma ya Yesu aliyekuja hapa duniani, akatimiliza unabii wote, na kukamilisha njia ya wokovu (Waebrania 10:1).

Mungu, aliyeweka misingi ya taifa kupitia kwa makabila kumi na mawili ya Israeli na kuitangaza Sheria kupitia Musa, aliwafundisha mitume kumi na wawili kupitia Yesu aliyetimiliza Sheria kwa upendo na akawafanya wakamshuhudia Bwana duniani kote. Katika njia hii, mitume kumi na wawili ndio mashujaa waliowezesha kutimiza Sheria ya Agano la Kale na kuujenga Mji wa Yerusalemu Mpya, si kama kivuli bali kama picha au kiini halisi.

Kwa hiyo, misingi kumi na miwili ya Yerusalemu Mpya ni

muhimu zaidi kushinda malango kumi na mawili, na kazi ya wale mitume kumi na wawili ni muhimu zaidi kushinda yale makabila kumi na mawili.

Yesu na wanafunzi wake kumi na wawili

Yesu Mwana wa Mungu, aliyekuja hapa duniani katika mwili, alianza huduma yake akiwa na umri wa miaka thelathini, aliwachagua wanafunzi wake, na kuwafundisha. Wakati ulipofika, Yesu aliwawezesha mitume wake kutoa pepo na kuwaponya wagonjwa. Mathayo 10:2-4 mentions the twelve apostles:

Na majina ya hao mitume kumi na wawili ni haya; Wa kwanza Simoni aliyeitwa Petro, na Andrea nduguye; Yakobo wa Zebedayo, na Yohana nduguye; Filipo, na Bartholomayo; Tomaso, na Mathayo mtoza ushuru; Yakobo wa Alfayo, na Thadayo; Simoni Mkananayo, na Yuda Iskarioti, naye ndiye aliyemsaliti.

Kama alivyowaomba Yesu, wale wanafunzi walihubiri injili na kufanya kazi zilizodhihirisha nguvu za Mungu. Walimshuhudia Mungu aliye hai na kuwaleta wengi kwenye njia ya wokovu. Wote isipokuwa Yuda Iskariote, ambaye alishawishiwa na Shetani na akaishia kumsaliti Yesu, walitangaza ufufuo wa Bwana na kupaa kwake, na wakajazwa Roho Mtakatifu kupitia maombi yasiyokoma.

Kisha, kama vile Bwana alivyowatuma, walipokea Roho Mtakatifu na nguvu na wakawa mashahidi wa Bwana Yerusalemu, Yudea yote na Samaria, na hata mwisho wa nchi.

Mathiya alichukua nafasi ya Yuda Iskariote

Matendo 1:15-26 inaelezea utaratibu wa kuijaza nafasi ya Yuda Iskariote miongoni mwa wale mitume kumi na wawili. Walimwomba Mungu na wakapiga kura. Hili lilifanywa kwa sababu mitume walitaka litendwe kulingana na mapenzi ya Mungu, bila mwingiliano wowote wa mawazo ya binadamu. Hatimaye wakamchagua mmoja miongoni mwa wale waliokuwa wamefundishwa na Yesu, naye alikuwa mtu aitwaye Mathiya.

Sababu iliyomfanya Yesu bado amchague Yuda Iskariote huku akijua kuwa mwishowe angemsaliti iko hapa. Kuchaguliwa kwa Mathiya kunamaanisha kwamba hata Mataifa wangeweza kupokea wokovu. Pia kunamaanisha watumishi wanaochaguliwa na Mungu sehemu yao ni ile ya Mathiya. Tangu kufufuka na kupaa kwa Bwana, kumekuwa na watumishi wengi wa Mungu waliochaguliwa na Mungu mwenyewe, na mtu yeyote anayekuwa kitu kimoja na Bwana anaweza kuchaguliwa kama mmoja wa mitume wa Bwana, kama vile Mathiya alivyokuwa mtume.

Watumishi wa Mungu waliochaguliwa na Mungu mwenyewe hutii mapenzi ya Bwana wao kwa kusema "Ndiyo." Ikiwa watumishi wa Mungu hawatii mapenzi yake, hawawezi na hawapaswi kuitwa "watumishi wa Mungu" au "Watumishi waliochaguliwa na Mungu."

Wale mitume kumi na wawili akiwemo Mathiya walifanana na Bwana, walitimiza utakatifu, waliyatii mafundisho ya Bwana na kutimiza mapenzi ya Mungu kikamilifu. Walifanyika misingi ya umisionari wa ulimwengu kwa kutekeleza majukumu yao hadi wakauawa kwa sababu ya imani yao.

Majina ya mitume kumi na wawili

Wale waliookolewa kwa imani, hata ijapokuwa hawakuwa wametakaswa au waaminifu katika nyumba yote ya Mungu, wanaweza kuzuru Yerusalemu Mpya kwa mwaliko, lakini hawawezi kukaa huko milele. Hivyo, sababu ya yale majina kumi na mawili ya mitume kuandikwa juu ya misingi kumi na miwili ni kutukumbusha kwamba wale waliotakaswa na ni waaminifu katika nyumba yote ya Mungu katika maisha haya wanaweza kuja Yerusalemu Mpya.

Makabila kumi na mawili ya Israeli yanarejea watoto wote wa Mungu waliookolewa kwa imani. Wale waliotakaswa na ni waaminifu na maisha yao yote watakuwa na sifa zifaazo kuingia Yerusalemu Mpya. Kwa sababu hizi, ile misingi kumi na miwili ni muhimu, na ndiposa majina ya mitume kumi na wawili hayajaandikwa kwenye malango kumi na mawili lakini badala yake yameandikwa kwenye misingi kumi na miwili.

Kwa nini basi, Yesu aliwachagua mitume kumi na wawii? Katika hekima yake kamilifu, Mungu anatimiza majaliwa yake aliyoyapanga kabla mwanzo wa wakati na anakamilisha kila kitu ipasavyo. Hivyo, tunajua kwamba vile vile kulipangwa kulingana na mpango wa Mungu.

Mungu, aliyeunda makabila kumi na mawili katika Agano la Kale, aliwachagua mitume kumi na wali, akitumia nambari 12 inayowakilisha "mwangaza" na "ukamilifu" katika Agano Jipya pia, na kile kivuli cha Agano la Kale na picha ya Agano Jipya ikawa jozi moja.

Mungu habadilishi nia yake na mpango wake aliouandaa wakati mmoja, na anatimiza Neno lake. Kwa hiyo, sharti tuamini Neno lote la Mungu katika Biblia, tujiandae wenyewe kama mabibi harusi tayari kumpokea, na kufanikiwa na kupokea sifa zifaazo kuingia Yerusalemu Mpya kama wale mitume kumi na wawili.

Yesu alituambia katika Ufunuo 22:12, "Tazama, naja upesi, na malipo yangu yako pamoja nami, kumlipa kila mtu kama kazi yake ilivyo."

Sasa unapaswa kuishi maisha gani ya Kikristo ikiwa kweli unaamini kwamba Bwana atarudi upesi? Sharti usiridhike tu kwa kupokea wokovu kwa imani katika Yesu Kristo, lakini sharti ujaribu kuziacha dhambi zako na uwe mwaminifu katika kazi zako zote.

Ninaomba katika jina la Bwana Yesu Kristo kwamba utapata utukufu wa milele na Baraka katika Yerusalemu Mpya kama baba zetu wa imani ambao majina yao yameandikwa kwenye malango kumi na mawili na misingi kumi na miwili!

Sura ya 3

Ukubwa wa Yerusalemu Mpya

1. Ukipimwa kwa Mwanzi wa Dhahabu
2. Yerusalemu Mpya Wenye umbo la mchemraba

"Na yeye aliyesema nami alikuwa na mwanzi wa dhahabu, apate kuupima huo mji, na milango yake, na ukuta wake. 16 Na ule mji ni wa mraba, na marefu yake ni sawasawa na mapana yake. Akaupima mji kwa ule mwanzi; ulikuwa kama maili elfu moja na mia tano; marefu yake na mapana yake na kwenda juu kwake ni sawasawa. Akaupima ukuta wake, ukapata dhiraa mia moja na arubaini na nne, kwa kipimo cha kibinadamu, ambacho malaika alitumia."

- Ufunuo 21:15-17 -

Waamini wengine hufikiria kwamba kila aliyeokolewa ataingia Yerusalemu Mpya iliyo na kiti cha enzi cha Mungu, au wanakosa kuelewa kwamba Yerusalemu Mpya ndio mbinguni katika ukamilifu wake. Hata hivyo, Yerusalemu Mpya si mbingu yote, lakini sehemu tu ya mbingu isiyo na mwisho. Wana wa kweli wa Mungu pekee walio watakatifu ndiyo wanaweza kuingia. Unaweza kushangazwa na ukubwa wa Yerusalemu Mpya, ambao umetayarishwa na Mungu kwa ajili ya watoto wake wa kweli.

Hebu sasa tuchunguze ukuwa na umbo la Yerusalemu Mpya, na maana za kiroho zilizofichika humo.

1. Ukipimwa kwa Mwanzi wa Dhahabu

Ni jambo la kawaida kwa wale wenye imani ya kweli na matumaini ya kudumu juu ya Yerusalemu Mpya kushangazwa na umbo na ukubwa wa Mji. Kwa kuwa ndio mahali kwa watoto wa Mungu waliotakaswa na kufanana na Bwana kabisa, Mungu ameandaa Yerusalemu Mpya vizuri sana na kwa kifahari.

Katika Ufunuo 21:15, unaweza kusoma habari za malaika aliyesimama na mwanzi wa dhahabu kupima ukubwa wa malango na kuta za Yerusalemu Mpya. Sasa basi, nini sababu iliyomfanya Mungu atake Yerusalemu Mpya ipimwe kwa mwanzi wa dhahabu?

Mwanzi wa dhahabu ni aina ya pembe iliyonyooka itumiwayo kupima umbali mbinguni. Ikiwa unajua maana ya dhahabu na mwanzi, unaweza kuelewa sababu ya Mungu kupima ukubwa wa Yerusalemu Mpya kwa mwanzi wa dhahabu.

Dhahabu inasimamia "imani" kwa sababu haibadiliki hata baada ya muda mrefu. Dhahabu ya mwanzi wa dhahabu inaashiria kwamba kipimo cha Mungu ni sahihi na hakibadiliki, na ahadi zake zote zitatimizwa.

Sifa za mwanzi unaopima imani

Mwanzi ni mrefu na pembe yake ni laini. Unapeperushwa kwa urahisi na upepo lakini hauvunjiki; una ulaini na vile vile nguvu. Mwanzi una vifundo vingi nah ii inamaanisha kwamba Mungu hutoa thawabu kulingana na matendo ya mtu.

Kwa hiyo, sababu inayomfanya Mungu kupima Mji wa Yerusalemu Mpya kwa mwanzi wa dhahabu ni kupima kima imani ya mmoja wetu kwa usahihi na kumlipa kila mtu kulingana na matendo yake.

Sasa, natuangalie sifa na maana ya kiroho ya mwanzi ili tuelewe kwa nini Mungu anapima ukubwa wa Yerusalemu Mpya kwa mwanzi wa dhahabu.

Kwanza kabisa, mianzi ina mizizi mirefu na yenye nguvu. Ina urefu wa mita 1-3, kamaa futi 3-10, ni mirefu, na huishi ikiwa mingi kwenye mchanga ya kinamasi au maziwa. Inaweza kuonekana kana kwamba ina mizizi hafifu, lakini hatuwezi kuing'oa kwa urahisi.

Katika njia hiyo hiyo, watoto wa Mungu sharti wakite mizizi katika imani na wasimame kwenye mwamba wa ukweli. NI wakati ule tu utakapokuwa una imani isiyobadilika ambayo haiwezi kutingisika hata wakati wa shida, ndipo utaweza kuinga katika Yerusalemu Mpya ambao ukubwa wake unapimwa kwa mwanzi wa dhahabu. Ndiposa mtume Paulo aliwaombea waamini wa Efeso, "Kristo akae mioyoni mwenu kwa imani mkiwa na shina na msingi katika upendo" (Waefeso 3:17).

Pili, mianzi ina pembe laini sana. Kwa kuwa Yesu alikuwa na moyo laini na mpole, ambao ni kumbukumbu ya mianzi, hakugombana na mtu wala kupiga kelele. Hata wakati watu walipomkosoa au kumtesa, Yesu hakubishana badala yake alikwenda zake.

Kwa hiyo, wale wanaotarajia Yerusalemu Mpya sharti wawe na mioyo ya upole kama moyo wa Yesu. Ikiwa unahisi vibaya wakati watu wanakuonyesha makosa yako au kukukemea, basi inaonekana bado una moyo mgumu na wenye kiburi. Ikiwa una moyo laini kama manyoya na wa upole, unaweza kukubali hisia hizo kwa shukrani bila kuhisi majuto au kutoridhika.

Tatu, mianzi hupeperushwa na upepo kwa urahisi lakini haivunjiki kwa urahisi. Baada ya dhoruba kali, miti mikubwa wakati huwa imeng'oka, lakini mianzi kwa kawaida haivunjiki hata ipiwe na upepo mkali, hii ni kwa sababu ni laini. Watu wa dunia dunia wakati mwingine hulinganisha akili na mioyo ya wanawake na mianzi ili kuelezea kwa njia isiyo nzuri, lakini mlinganisho wa Mungu ni kinyume chake. Mianzi ni laini na inaweza kuonekana dhaifu sana, lakini ina nguvu za kutovunjika hata inapopigwa na upepo mkali, na ina uzuri wa maua yake mazuri na meupe.

Kwa sababu mianzi vina hali zote kama vile ulaini, nguvu, na uzuri, inaweza kuashiria haki ya hukumu fulani. Sifa aina hiyo za mianzi pia zinaweza kuonekana kwenye taifa la Israeli. Israeli ina eneo dogo sana na idadi ndogo ya watu na imezungukwa na majirani wabaya. Israeli inaweza kuonekana kama nchi iliyo dhaifu, lakini haiwezi "kuvunjika" hata ikumbwe na hali gani. Hii ni kwa sababu wana imani kubwa sana kwa Mungu, imani ambayo imekita mizizi ndani ya baba zao wa imani akiwemo Ibrahimu. Hata ijapokuwa wanaonekana kana kwamba wataanguka ghafla, imani ya Israeli katika Mungu inawawezesha kusimama kidete.

Kwa namna hiyo hiyo, ili tuweze kuingia Yerusalemu Mpya, sharti tuwe na imani isiyonyauka katika hali zote, tukikita mizizi katika Yesu Kristo ambaye ndiye mwamba, kama mianzi yenye mizizi mirefu.

Nne, miche ya mianzi huwa imenyooka na laini hivi kwamba imetumiwa mara kwa mara kwa ajili ya kuezekea nyumba, kama mishale, au ncha za kalamu. Mche ulionyooka pia unamaanisha kwenda mbele. Imani husemekana kuwa "hai" wakati tu inapokwenda mbele. Wale wanaojiendeleza na kuwa bora zaidi watakua katika imani yao siku hadi siku, na kuendelea kwenda mbele kuelekea mbinguni.

Mungu huchagua vyombo hivi vizuri ambao ni watu wanakwenda mbele kuelekea mbinguni, na kuvisafisha na kuvifanya vikamilifu ili watu hawa waweze kuingia Yerusalemu Mpya. Kwa hiyo, sharti twende mbele kueleka mbinguni kama majani ambayo huchipuza mwishoni mwa mche ulionyooka.

Tano, kama vile washairi wengi walivyoandika juu ya maua ya mwanzi kutoa taswira ya mandhari yenye amani, mwonekano wa mianzi ni laini sana na nzuri, na majani yale ni ya kupendeza na mazuri. Kama 2 Wakorintho 2:15 inavyosema, "Kwa maana sisi tu manukato ya Kristo, mbele za Mungu, katika wao wanaookolewa, na katika wao wanaopotea," wale waliosimama kwenye mwamba wa imani hutoa manukato ya Kristo. Wale walio na mioyo ya aina hii wana nyuso nzuri na zenye faraja, na watu wanaweza kuhisi mbinguni kupitia kwao. Kwa hiyo, ili tuweze kuingia Yerusalemu Mpya, lazima tutoe manukato ya

Kristo yaliyo kama maua laini na majani mazuri ya mianzi.

Sita, majani ya mianzi ni membamba na pembe zake ni kali kiasi cha kukata ngozi kwa kwa kuyalisha. Katika njia hiyo, wale walio na imani sharti wasikubaliane na dhambi lakini wawe kama makali kwa kutupilia mbali uovu.

Danieli, ambaye alikuwa waziri wa nchi kuu ya Uajemi na aliyependwa na mfalme, alikumbana na majaribu yaliyomfanya atupwe katika tundu la samba na watu waovu waliomuonea wivu. Hata hivyo, hakukubaliana na mambo yao kamwe, lakini alishikilia imani yake. Matokeo yake, Mungu alituma malaika wake kuifunga midomo ya simba, na kumruhusu Danieli kumtukuza Mungu sana mbele ya mfalme na watu wote.

Mungu anapendezwa na aina ya imani aliyokuwa nayo Danieli, imani ambayo haikubaliani na mambo ya ulimwengu. Anawalinda wale walio na aina hii ya imani kutokana na aina zote za mateso na majaribu, na mwishowe anawaruhusu wampe utukufu. Pia, anawabariki na kuwafanywa "vichwa, na wala si mikia" kila waendapo (Kumbukumbu 28:1-14).

Zaidi ya hayo, kama vile Mithali 8:13 inavyotuambia, "Kumcha BWANA ni kuchukia uovu," ikiwa una uovu moyoni mwako, sharti uutupilie mbali kupitia kwa maombi ya kudumu na kufunga. Utakapoacha kukubaliana na dhambi na badale yake uchukie uovu, ndipo utatakaswa na kupata sifa za kuingia Yerusalemu Mpya.

Tumeangalia sababu inayomfanya Mungu kuupima Mji wa Yerusalemu Mpya kwa mianzi ya dhahabu kwa kuangalia sifa sita za mianzi. Matumizi ya mwanzi wa dhahabu unaturuhusu kujua kwamba Mungu hupima imani yetu kwa usahihi na kutoa thawabu kulingana na yale tuliyotenda katika maisha haya, na kwamba hutimiza ahadi zake.

2. Yerusalemu Mpya wenye umbo la mchemraba

Mungu amenakili usahihi ukubwa na umbo la Yerusalemu Mpya katika Biblia. Ufunuo 21:16 inatuambia kwamba Mji una umbo la mchemraba la maili elfu moja na mia tano (stadia 12,000 stadia au km 2,400) katika urefu wa chini, upana, na urefu wa juu. Pengine wanaweza kushangazwa na hili na kusema, 'Je, hatutahisi kana kwamba tumefungiwa?' Hata hivyo, Mungu ametengeneza sehemu za ndani za Yerusalemu Mpya ziwe za kupendeza na kufariji. Pia, mtu akiwa nje hawezi kuona ndani ya Mji wa Yerusalemu Mpya, lakini watu walio ndani ya kuta wanaweza kuona nje. Kwa maneno mengine, hakuna sababu ya kuhisi kusumbuka au kufungiwa ndani ya kuta.

Una usawa wa upana, urefu wa chini na urefu wa juu

Basi nini sababu ya Mungu kuufanya mji wa Yerusalemu Mpya uwe na umbo la mchemraba? Ule urefu wa chini na upana vinawakilisha mpangilio, usahihi, haki, na utakatifu wa Mji wa Yerusalemu Mpya. Mungu anadhibiti mambo yote katika mpangilio ili nyota zisizohesabika, mwezi, na jua, na mfumo wote wa anga, na sehemu iliyosalia ya anga viende pamoja na kwa usahihi bila tatizo lolote. Vivyo hivyo, Mungu ametengeneza Mji wa Yerusalemu Mpya katika umbo la mraba ili kuonyesha kwamba anadhibiti kila kitu na historia katika mpangilio, na anatimiza kila kitu kwa usahihi hadi mwishofu.

Yerusalemu Mpya ina mapana na marefu yaliyo sawa, na una malango kumi na mawili na misingi kumi na miwili, tatu kila upande. Hii inaashiria kwamba haijalishi mtu anaishi wapi hapa duniani, sheria itatumika kwa njia isiyobagua kwa wale walio na sifa za kuingia Yerusalemu Mpya. Hawa ni wale watu ambao wamehitimishwa kwa kipimo cha mwanzi wa dhahabu, ndio wataingia Yerusalemu Mpya bila kujali jinsia, umri, wala rangi.

Hii ni kwa sababu Mungu, akiwa mwenye haki na asiyeficha kitu, huhukumu kwa haki na hupima kwa usahihi sifa zifaazo mtu kuingia Yerusalemu Mpya. Isitoshe, mraba unawakilisha kaskazini, kusini, mashariki, na magharibi. Mungu ametengeneza Yerusalemu Mpya, na anawaita watoto wake wakamilifu waliookolewa kwa imani miongoni mwa mataifa yote kutoka pembe zote za dunia.

Ufunuo 21:16 inasema, "Na ule mji ni wa mraba, na marefu yake ni sawasawa na mapana yake. Akaupima mji kwa ule mwanzi; ulikuwa kama maili elfu moja na mia tano; marefu yake na mapana yake na kwenda juu kwake ni sawasawa." 'Maili elfu moja na mia tano' inabadilishwa na kuwa 'Stadia elfu kumi na mbili (12,000)' kwa kupima kwa kutumia kipimo cha Kiyunani, inapobadilishwa tena na kuwa takriban kilomita 2,400. Hivyo, mji wa Yerusalemu Mpya wenye umbo la mchemraba una kilomita 2,400 katika upana, urefu na kimo.

Pia katika, Ufunuo 21:17 inasema, "Akaupima ukuta wake, ukapata dhiraa mia moja na arubaini na nne, kwa kipimo cha kibinadamu, ambacho malaika alitumia."

Kuta za Mji wa Yerusalemu Mpya ni yadi sabini na mbili. 'Yadi sabini na mbili' zikibadilishwa huwa 'kizio cha ukubwa 144' au mita65, au futi 213. Kama vile Mji wa Yerusalemu Mpya ulivyo mkubwa, kuta zake vile vile ni nene sana.

Sura ya 4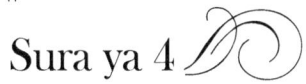

Umetengenezwa kwa Dhahabu Safi na Vito vya Kila Rangi

1. Umepambwa kwa Dhahabu Safi na Kila Aina ya Vito
2. Kuta za Yerusalemu Mpya Zimetengenezwa kwa Yaspi
3. Umetengenezwa na Dhahabu Safi Kama Bilauri Safi

"Na ule ukuta ulikuwa umejengwa kwa yaspi, nao mji ule ulikuwa wa dhahabu safi, kama kioo safi."

- Ufunuo 21:18 -

Tuseme kwa mfano ungekuwa na utajiri wote na mamlaka ya kujenga nyumba ambayo wewe na wapendwa wako mngeishi ndani yake milele. Je, ungeisanifu kwa namna gani? Ungelitumia vifaa gani vya ujenzi? Haijalishi gharama ni kiasi gani, au itachukua muda gani, na kiwango cha watu wakaofanya kazi ya ujenzi, yamkini ungelipenda kuijenga kwa njia ya kupendeza sana na ya kusisimua.

Kwa njia hiyo hiyo, Baba Mungu bila shaka angependa kujenga na kupamba Yerusalemu Mpya vizuri sana kwa vifaa vizuri vya mbinguni ili aishi huko na watoto wake wapendwa? Isitoshe, kila kifaa cha kujengea katika Yerusalemu Mpya kina maana tofauti zikiwakilisha nyakati tulizovumilia kwa imani na upendo hapa duniani, na kila kitu huko ni cha kifahari.

Ni jambo la kawaida kwa wale wanaoitazamia Yerusalemu Mpya katika vilindo vya mioyo yao kutaka kujua habari zaidi kuhusu Yerusalemu Mpya.

Mungu anaijua mioyo ya watu hawa na ametupatia sehemu tofauti za habari za kina kuhusu Yerusalemu Mpya, zikiwemo ukubwa wake, na hata upana wa ndani wa ukutana wake.

Sasa basi Mji wa Yerusalemu Mpya umejengwa kwa vifaa gani?

1. Umepambwa kwa Dhahabu Safi na Kila Aina ya Vito

Yerusalemu Mpya, ambao Mungu Mungu ameuandaa kwa ajili ya watoto wake, umetengenezwa kwa dhahabu safi isiyobadilika na umepambwa kwa vito vingine. Huko mbinguni hakuna vifaa vya ujenzi kama vile mchanga wa hapa duniani, unaobadilika baada ya muda fulani. Barabara za Yerusalemu Mpya zimetengenezwa kwa dhahabu safi na misingi yake imetengenezwa kwa vito. Ikiwa mchanga wa ufuoni mwa mto wa maji ya uzima ni wa dhahabu na fedha, je, vifaa vya kujengea majengo mengine vitakuwa vya kushangaza namna gani?

Yerusalemu Mpya: Kazi Nzuri sana ya kiufundi ya Mungu

Miongoni mwa majengo maarufu zaidi duniani, kumetameta kwake, thamani yake, mtindo wake, na udhaifu wake vyote ni tofauti kutoka nyumba moja hadi nyingine kwa kutegemea vifaa vya ujenzi vilivyotumika. Marumaru ya Yerusalemu Mpya inametameta zaidi, na nzuri na ya kupendeza kushinda mchanga, mbao au simiti.

Hebu fikiria jinsi itakavyokuwa nzuri na ya kupendeza ikiwa utajenga jingo zima kwa kutumia dhahabu na vito vya thamani? Zaidi ya hayo, majengo ya mbinguni yaliyojengwa kwa vifaa vya ujenzi vya kupendeza yatakuwa ya kupendeza zaidi na ya kifahari sana!

Dhahabu na vito mbinguni vilivyotengenezwa na nguvu za Mungu ni tofauti sana katika ubora wake, rangi, na usafi ikilinganishwa na dhahabu na vito vya haoa duniani. Usafi wake na mwangaze wake unaong'aa vizuri sana haviwezi kuelezwa kwa maneno.

Hata hapa duniani, aina nyingi ya vyombo vinaweza kufinyangwa kutokana na udongo mmoja. Vinaweza kuwa vya ghali au vya rahisi kwa kulingana na udongo na kiwango cha ustadi cha mfinyanzi. Ilimchukua Mungu muda wa miaka maelfu kujenga Yerusalemu Mpya, mjio ulio ni ujenzi wa kiustadi, uliojaa utukufu mkuu, wa thamani na mkamilifu wa Mjenzi wa Mji huo.

Dhahabu safi inawakilisha imani na uzima wa milele

Dhahabu safi ni asilimia mia moja ya dhahabu isiyokuwa na uchafu wowote, na ndicho kitu cha pekee ambacho hakibadiliki hapa duniani. Kutokana na sifa hii, nchi nyingi ziliitumia kama kingezo cha sarafu zao na viwango vya ubadilishanaji pesa, na inatumika kwa ajili ya mapambo na vile vile matumizi ya kibiashara. Pure gold is sought na loved by many people.

Sababu iliyomfanya Mungu kutupatia dhahabu hapa duniani ni kuturuhusu kutambua kwamba kuna vitu visivyobadilika, na kwamba kuna ulimwengu wa milele. Vitu vya dunia hii huchujuka kadri muda unavyokwenda. Endapo tungekuwa na vitu vya aina hiyo, ingekuwa vigumu kwa maarifa yetu kidogo kutambua kwamba kuna mbingu ya milele.

Ndiposa Mungu anaturuhusu kujua kwamba kuna vitu vya milele kupitia kwa dhahabu hii isiyobadilika. Ni jukumu letu kutambua kwamba kuna kitu kisichobadilika na kuwa na matumaini ya kuingia mbingu ya milele. Dhahabu safi inawakilisha imani ya kiroho isiyobadilika. Kwa hiyo, ikiwa una hekima, utajaribu kupata imani ambayo ni kama dhahabu safi isiyobadilika.

Kuna vitu vingi vinavyotengenezwa kwa dhahabu safi mbinguni. Hebu fikiria jinsi tungalivyokuwa na shukrani kwa kutazama tu mbingu iliyotengenezwa kwa dhahabu, ambayo hapa duniani tumeiona kuwa kitu cha thamani zaidi!

Hata hiyo, wale wasiokuwa na hekima wanaipenda dhahabu tu kama njia ya kujiongezea utajiri au kuonyesha utajiri wao. Kusema kweli, wanakaa mbali na Mungu na hawampendi, na mwishowe watatumbukia katika ziwa la moto au jehanamu kwenye moto wa kiberiti, na wajute na kusema, "Singekuwa nateseka hapa jehanamu endapo tu ningeiona imani kuwa ya thamani kama nilivyoiona dhahabu."

Kwa hiyo, ni matumaini yangu kwamba utakuwa mtu

mwenye hekima kwa kuipata imani isiyobadilika, na si dhahabu ya dunia hii ambayo mwishowe itakubidi uiache wakati maisha yako ulimwenguni yatakapofikia kikomo.

Vito vinawakilisha utukufu wa Mungu na upendo

Vito ni vigumu na vina kiwango kikubwa cha mchepuko. Vina rangi nzuri na vinatoa rangi nzuri sana na taa. Kwa kuwa havizalishwi vingi, vinapendwa na watu wengi na kuchukuliwa kuwa vya thamani. Huko mbinguni, Mungu atawavisha wale wataoingia mbinguni kwa kitani safi na kuwapamba kwa vito vingi kuonyesha upendo wake.

Watu wanapenda vito na hujaribu kujirembesha ili waonekane warembo zaidi kwa kujipamba kwa mapambo mbalimbali. Je, utafurahi jinsi gani wakati Mungu atakapokupa vito vya kung'aa mbinguni?

Huenda mtu akauliza, "Kwa nini tunahitaji vito mbinguni?" Vito mbinguni vinawakilisha utukufu wa Mungu, na kiwango cha vito anachotuzwa mtu kinawakilisha kiwango cha upendo wa Mungu kwa mtu huyo.

Kuna kuna aina nyingi za rangi za vito zisizohesabika mbinguni. Kwenye ile misingi kumi na miwili ya Yerusalemu Mpya, kuna yakuti ya samawati iliyokolea na unayoweza kuona kupita kwake; zumaridi ya kijani unayoweza kuona kupitia kwake; kito chekundu sana cha thamani; na krisolitho yenye rangi ya kijani yenye kiasi fulani cha rangi ya njano. Zabarajadi ina rangi ya kijani yenye kiasi fulani cha rangi ya samawati inayotukumbusha maji safi ya bahari, na yakuti ya manjano yenye rangi kidogo ya machungwa. Kuna krisopraso ambayo unayoweza kuona kupitia kwake kiasi, yenye rangi ya kijani iliyokolea, na amethisto yenye rangi chache ya urujuani au rangi ya zambarau iliyokolea.

Tofauti ya vito hivi, kuna vito vingi visivyohesabika ambavyo vina rangi nzuri na vile vile vinatoa rangu nzuri kama vile yaspi, kalkedoni, sardoniki, na hiakintho. Vito hivi vyote vina majina na umuhimu tofauti kama vile vito vya hapa duniani vilivyo. Rangi na majina ya kila kito vimechanganywa kuonyesha heshima, fahari, thamani na utukufu.

Kama vile vito hapa duniani vinatoa rangi tofauti na taa tofauti kulingana na mahali vilipo, vito huko mbinguni vina taa na rangi tofauti, na haswa vito vya Yerusalemu Mpya hung'aa na kuakisi taa za mara mbili au mara tatu.

Bila shaka kabisa, vito hivyo vinapendeza zaidi kupita ulinganifu wowote kushinda vile vinavyopatikana katika dunia hii kwa sababu Mungu mwenyewe alizisafisha mbale kwa nguvu zake za uumbaji. Ndiposa mtume Yohana alisema kwamba uzuri wa Yerusalemu Mpya ni kama mawe ya thamani kubwa sana.

Pia, vito vya Yerusalemu Mpya vinatoa taa nzuri sana kuliko zile za makao mengine kwa sababu watoto wa Mungu wanaoingia Yerusalemu Mpya watakuwa wamekamilisha kabisa moyo wa Mungu na kumpa utukufu. Hivyo, sehemu ya ndani na nje ya Yerusalemu Mpya imepamnbwa kwa aina nyingi za vito vyenye rangi mbalimbali. Hata hivyo, vito hivi havitapewa kila mtu, lakini vitatuzwa watu kulingana na matendo ya imani ya kila mtu hapa duniani.

2. Kuta za Yerusalemu Mpya Zimetengenezwa kwa Yaspi

Ufunuo 21:18 inatuambia kwamba kuta za Yerusalemu Mpya "zilitengenezwa kwa yaspi." Je, unaweza kufikiria jinsi zitakavyokuwa zile kuta za Yerusalemu Mpya zilizotengenezwa kwa yaspi pande zote?

Yaspi inawakilisha imani ya kiroho

Yaspi inayopatikana hapa duniani kwa kawaida ni ngumu na na ni jiwe lisilopitisha mwangaza. Rangi zake ni toauti tofauti, kuanzia ya kijani, nyekundu hadi ya kijani yenye kiasi cha njano. Baadhi ya rangi zake zimechanganywa au nyingine zina madoa. Mshikamano wake unategemea rangi yenyewe. Yaspi bei yake ni rahisi na nyingine huvunjika kwa urahisi, lakini yaspi ya mbinguni iliyotengenezwa na Mungu haibadiliki au kuvunjika. Yaspi ya mbinguni ina rangi nyeupe yenye samawati kiasi na unaweza kuona kupitia kwake hivi kwamba utahisi kama ambaye unaangalia maji safi. Ijapokuwa haiwezi kulinganishwa na chochote hapa duniani, imefanana na mwangaza wa jua ung'aao sana, wenye rangi ya samawati ulioakisiwa juu ya mawimbi ya baharini.

Hii Yaspi inasimamia imani ya kiroho. Imani ndicho kiungo muhimu zaidi na kinachohitajika katika kuishi maisha ya Kikristo. Pasipo imani huwezi kupokea wokovu au hata kumpendeza Mungu. Isitoshe, pasipo aina ya imani inayompendeza Mungu, huwezi kuingia katika Yerusalemu Mpya.

Kwa hiyo, Mji wa Yerusalemu Mpya umejengwa kwa imani, na kito kinachoweza kuelezea vizuri rangi ya aina hii ya imani ni yaspi. Ndiposa kuta za Yerusalemu Mpya zimejengwa kwa yaspi.

Ikiwa Biblia inatuambia "Kuta za Yerusalemu Mpya zimejengwa kwa imani," je, watu wanaweza kuelewa kauli hiyo? Bila shaka haiwezi kueleweka kwa akili za kibinadamu au ingekuwa vigumu sana kwa watu kujaribu hata angalau kufikiria jinsi Yerusalemu Mpya ilivyopambwa vizuri.

Kuta zilizotengenezwa kwa yaspi hung'aa waziwazi kwa mwangaza wa utukufu wa Mungu na zimepambwa kwa mitindo mingi na usanifu mwingi.

Mji wa Yerusalemu Mpya ni kazi nzuri ya kiufundi ya Mungu Muumba na ni mahali pa mapumziko ya milele kwa tunda lile zuri lililokuzwa kwa muda wa miaka 6,000 ya uimarishaji wa mwanadamu. Mji huu ni wa kifahari, mzuri na unaong'aa.

Sharti tutambue kwamba Yerusalemu Mpya imetengenezwa kwa teknolojia nzuri zaidi na vifaa vya ujenzi ambayo utendaji wake hatuwezi hata kuuelewa.

Ijapokuwa kuta ni angavu kama kioo, sehemu ya ndani haionekani kutoka nje. Hata hivyo, hii haimaanishi kwamba watu walio ndani ya Mji watahisi kana kwamba wamefungiwa ndani ya kuta za mji. Waakazi wa Yerusalemu Mpya wanaweza kuona nje ya Mji wakiwa ndani na watahisi kana kwamba hakuna kuta. Hii itakuwa ajabu sana!

3. Made Umetengenezwa na Dhahabu Safi Kama Bilauri Safi

Sehemu inayofuata ya Ufunuo 21:18 inasema, "Na mji ule ulikuwa wa dhahabu safi, kama kioo safi." Hebu sasa tuangalie sifa za dhahabu ili kutusaidia kufikiria juu ya Yerusalemu Mpya na kuelewa uzuri wake.

Dhahabu safi ina thamani isiyobadilika

Dhahabu hachakazwi hewani au majini. Haibadiliki baada ya muda na haionyeshi kuathirika kwa kupitia kemikali au vitu vitu vingine. Dhahabu wakati wote inabaki vile vile na mng'ao wake mzuri. Dhahabu ya hapa duniani ni laini kupita kiasi, kwa hiyo tunatengeneza aloi; huko mbinguni, dhahabu si laini kupitia kiasi. Pia, dhahabu au vito vingine huko mbinguni hutoa rangi tofauti na vina mshikamano tofauti kushinda vile vinavyopatikana hapa duniani, kwa sababu vinapokea mwangaza wa utukufu wa Mungu.

Hata katika dunia hii, fahari na thamani ya vito ni tofauti kulingana na ujuzi na mbinu za fundi. Vito vya Yerusalemu Mpya vitakuwa vya thamani sana na vizuri sana kwa sababu vimeguswa na kuchongwa na Mungu mwenyewe.

Huko mbinguni hakuna ulafi au tamaa ya vitu vizuri na vya kupendeza mbinguni. Hapa duniani watu hupenda vito kwa ajili ya maisha ya kifahari na umaarufu usio na maana, lakini mbinguni wanapenda vito kiroho kwa sababu wanajua umuhimu wake wa kiroho wa kila kito na wanashikilia upengo wa Mungu aliyeandaa na kupamba mbinguni kwa vito vizuri.

Mungu alitengeneza Yerusalemu Mpya kwa dhahabu safi

Kwa nini basi, Mungu ametengeneza Mji wa Yerusalemu Mpya kwa dhahabu safi kama kioo? Kama ilivyoelezwa awali, dhahabu safi kiroho inawakilisha imani, matumaini yatokanayo na imani, utajiri, heshima, na mamlaka. "Matumaini yatokanayo na imani" inamaanisha unaweza kupokea wokovu, matumaini ya Yerusalemu Mpya, kutupilia mbali dhambi zako, kujitahidi kujitakasa, na na kutazamia thawabu kwa matumaini kwa sababu una imani.

Kwa hiyo, Mungu ametengeneza Mji huu kwa dhahabu

safi ili wale wanaoingia kwa matumaini makubwa wajazwe shukrani na furaha milele.

Ufunuo 21:18 unatumbia kwamba Yerusalemu Mpya ni kama "kioo safi." Hii ni kuonyesha jinsi mandhari ya Yerusalemu Mpya yalivyo safi na mazuri sana. Dhahabu ya mbinguni ni safi kama kioo safi tofauti na dhahabu ya hapa duniani.

Yerusalemu Mpya ni safi na mzuri sana, hauna mawaa kwa sababu umetengenezwa kwa dhahabu safi. Ndiposa mtume Yohana aliona mji "ni dhahabu safi, kama kioo safi."

Hebu jaribu kufikiria Mji wa Yerusalemu Mpya uliotengenezwa kwa dhahabu safi, dhahabu laini na aina nyingi ya vito vyenye rangi nyingi.

Baada ya kumpokea Bwana, nilichukua dhahabu au vito kuwa mawe ya kawaida na sikutamani kuvimiliki. Nilijaa matumaini ya mbinguni, na sikupenda vitu vya dunia hii. Hata hivyo, nilipoomba ili nijifunze kuhusu mbinguni, Bwana aliniambia, "Mbinguni kila kitu kimetengenezwa kwa vito vizuri na dhahabu nzuri; lazima uvipende vitu hivip." Hakumaanisha kwamba nilikuwa nianze kukusanya dhahabu na vito. Badala yake, nilikuwa ninitambue majaliwa ya Mungu na umuhimu wa kiroho wa vito na nivipende kama Mungu apendavyo.

Ninakuhimiza upende dhahabu na vito kiroho. Utapoiona dhahabu, unaweza kujisemea, "Sharti niwe na imani kama dhahabu safi." Utakiona vito vingine tofauti, unaweza kuwa na matumaini ya mbinguni, na kusema, "Nyumba itakuwa nzuri sana mbinguni."

Ninakuombea katika jina la Bwana Yesu Kristo kwamba utapata nyumba ya kimbinguni iliyojengwa kwa dhahabu isiyobadilika na vito vya kifahari kwa kuipata imani iliyo kama dhahabu safi na kukaza mwendo kuelekea mbinguni.

Sura ya 5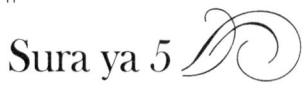

Umuhimu wa Misingi Kumi na Miwili

1. Yaspi: Imani ya Kiroho
2. Yakuti: Unyoofu na Uaminifu
3. Kalkedoni: Kutokuwa na hatia na Upendo wa Kisadaka
4. Zumaridi: Haki na Usafi
5. Sardoniki: Uaminifu wa Kiroho
6. Akiki: Upendo wa Dhati
7. Krisolitho: Rehema
8. Zabarajadi: Saburi
9. Yakuti ya manjano: Wema wa Kiroho
10. Krisopraso: Kiasi
11. Hiakintho: Usafi na Utakatifu
12. Amethisto: Uzuri na Upole

"Na misingi ya ukuta wa mji ilikuwa imepambwa kwa vito vya thamani vya kila namna. Msingi wa kwanza ulikuwa yaspi; wa pili yakuti samawati; wa tatu kalkedoni; wa nne zumaridi; 20 wa tano sardoniki; wa sita akiki; wa saba krisolitho; wa nane zabarajadi; wa tisa yakuti ya manjano; wa kumi krisopraso; wa kumi na moja hiakintho; wa kumi na mbili amethisto."

- Ufunuo 21:19-20 -

Mtume Yohana aliandika kwa kina kuhusu misingi kumi na miwili. Kwa nini Yohana aliandika ripoti kama hiyo ya kina kuhusu Yerusalemu Mpya? Mungu anapenda watoto wake wapate uzima wa milele na imani ya kweli kwa kufahamu kuhusu umuhimu wa kiroho wa misingi kumi na miwili ya Yerusalemu Mpya.

Kwa nini basi, Mungu alitengeneza misingi kumi na miwili kwa mawe ya thamani? Mchanganyiko wa mawe kumi na mawili ya thamani kunawakilisha moyo wa Yesu Kristo na Mungu, kilele cha upendo. Hivyo, ikiwa unaelewa umuhimu wa kiroho wa kila jiwe kati ya yale mawe kumi na mawili ya thamni, unaweza kutofautisha kwa urahisi ni kiasi gani moyo wako unafanana na ule wa Yesu Kristo, na jinsi unavyofaa kuingia Yerusalemu Mpya.

Hebu sasa natuangalie mawe kumi na mawili ya thamani na umuhimu wake wa kiroho.

1. Yaspi: Imani ya Kiroho

Yaspi, msingi wa kwanza wa kuta za Yerusalemu Mpya, inawakilisha imani ya kiroho. Imani kwa kawaida inaweza kugawanywa katika sehemu mbili: "imani ya kiroho" na "imani ya kimwili." Huku imani ya kimwili ikiwa ni imani ile ambayo imejaa tu maarifa, imani ya kiroho ni imani ambayo inayoambatana na tendo linalotokana na kilindi cha moyo wa mtu. Kile anachotaka Mungu si imani ya kimwili bali ya kiroho. Ikiwa huna imani ya kiroho, "imani" yako haitaambatana na tendo, na huwezi kumpendeza Mungu wala kuingia Yerusalemu

Mpya.

Imani ya kiroho ndio msingi wa maisha ya Kikristo

"Imani ya kiroho" inarejea aina ya imani ambayo kwayo mtu anaweza kuamini neno lote la Mungu katika kilindi cha moyo wake. Ikiwa una aina hii ya imani inayofuatana na matendo, utajaribu kutakaswa na kukaza mwendo kuingia Yerusalemu Mpya. Imani ya kiroho ndio kiungo muhimu zaidi katika kuishi maisha ya Kikristo. Pasipo imani, huwezi kuokolewa, huwezi kupokea majibu ya maombi yako, na huna matumaini ya mbinguni.

Waebrania 11:6 inatukumbusha, "Lakini pasipo imani haiwezekani kumpendeza; kwa maana mtu amwendeaye Mungu lazima aamini kwamba yeye yuko, na kwamba huwapa thawabu wale wamtafutao." Ikiwa una imani ya kweli, utamwamini Mungu anayekupa thawabu, na kisha unaweza kuwa mwaminifu, kupambana na dhambi ili kuziacha na kuifuata njia nyembamba. Na utaweza kutenda memba kwa bidii na kuingia Yerusalemu Mpya ukimfuata Roho Mtakatifu.

Hivyo, imani ndio msingi wa maisha ya Kikristo. Kama vile jingo haliwezi kuwa salama bila msingi thabiti, vivyo hivyo huwezi kuishi maisha ya Kikristo pasipokuwa na imani. Ndiposa Yuda 1:20-21 inasema, "Bali ninyi, wapenzi, mkijijenga juu ya imani yenu iliyo takatifu sana, na kuomba katika Roho Mtakatifu, jilindeni katika upendo wa Mungu, huku mkingojea rehema ya Bwana wetu Yesu Kristo, hata mpate uzima wa milele."

Ibrahimu, baba wa Imani

Mfano mzuri zaidi wa kuamini Neno la Mungu bila kukengeuka na kuonyesha matendo ya utiifu ni Ibrahimu. Aliitwa 'Baba wa Iman' kwa sababu alionyesha matendo timilifu ya imani bila kukengeuka.

Alipokea neno la Baraka kubwa kutoka kwa Mungu alipokuwa na umri wa miaka 75. Ilikuwa ni ahadi kwamba Mungu angetengeneza taifa kubwa kupitia Ibrahimu na kwamba Ibrahimu angekuwa chanzo cha baraka. Aliamini neno hili na kuondoka kwenye mji wake, lakini kwa zaidia ya miaka 20 hangeweza kupata mtoto wa kiume ambaye angekuwa mrithi wake..

Muda mwingi ulipita kiasi kwamba Ibrahimu na mkewe Sera wakazeeka na kufikia umri wa kutopata watoto. Hata katika hali ya namna hii, Warumi 4:19-20 inasema, "hakusita kwa kutoamini." Imani yake ilikua na nguvu, na akaamini ahadi ya Mungu kabisa; hivi kwamba akampata mwanawe Isaka akiwa na umri wa miaka 100.

Lakini kuna kipindi kimoja imani ya Ibrahimu iling'aa hata zaidi. Ulikuwa wakati ule ambapo Mungu alimwamuru Ibrahimu kumtoa mwana wake Isaka kama dhabihu. Ibrahimu hakuwa na mashaka na Neno la Mungu lililosema kwamba Mungu angempa uzao wa watu wengi kupitia Isaka. Kwa kuwa alikuwa na imani thabiti katika Neno la Mungu, alidhani Mungu angemfufua Isaka, hata ikiwa angemtoa kama dhabihu.

Ndiposa alitii Neno la Mungu mara moja. Kupitia kwa hilo,

Ibrahimu alikuwa zaidi ya mtu aliyehitimu kuwa baba wa imani. Pia, kupitia uzao wa Ibrahimu, taifa la Israeli lingeanzishwa. Inamaanisha tunda la imani yake pia lilipatikana kwa wingi katika mwili.

Kwa sababu alimtii Mungu na Neno lake, alilitii kama alivyoambiwa. Huu ni mfano wa imani ya kiroho.

Petro alipokea funguo za ufalme wa mbinguni

Hebu natuangalie mtu mmoja aliyekuwa na aina hii ya imani ya kiroho. Je, mtume Petro alikuwa na imani ya namna gani, hivi kwamba jina lake limeandikwa kwenye moja ya mmoja wa misingi ya Yerusalemu Mpya? Hata kabla aitwe kuwa mwanafunzi, tunajua kwamba Petro alimtii Yesu; kwa mfano, wakati Yesu alipomwambia ashushe nyavu zake avue samaki, alikubali mara moja (Luka 5:3-6). Pia, wakati Yesu alimwagiza alete punda na mwanapunda, alitii kwa imani (Mathayo 21:1-7). Petro alitii wakati Yesu alipomwambia aende ziwani, amvue samaki, na kisha atoe sarafu kutoka kwake (Mathayo 17:27). Isitoshe, alitembea juu ya maji kama Yesu, hata ijapokuwa ilikuwa kwa muda mfupi tu. Tunaweza kupata kidokezo hapa kwamba Petro alikuwa na imani kubwa.

Matokeo yake, Yesu akasema imani ya Petro ilikuwa ya haki na akampa funguo za ufalme wa mbinguni ili kila atakachokifunga duniani kitakuwa tayari kimefungwa mbinguni, na kila atakachokifungua duniani kitakuwa tayari kimefunguliwa mbinguni (Mathayo 16:19). Petro alipata imani timilifu zaidi baada ya kumpokea Roho Mtakatifu, alimtangaza Yesu Kristo kwa ujasirit, na akajitoa mhanga kwa ajili ya ufalme wa Mungu maisha yake yote hadi akauawa kwa sababu ya imani yake.

Tunapaswa kukaza mwendo kwenda mbinguni kama alivyofanya Petro, kumpa utukufu Mungu, na kuingia Yerusalemu Mpya kwa imani inayompendeza.

2. Yakuti: Unyoofu na uaminifu

Yakuti, msingi wa pili wa kuta za Yerusalemu Mpya, unatoa rangi ya samawati iliyokolea na unayoweza kuona kupitia kwake. Sasa, basi nini maana ya yakuti kiroho? Inawakilisha unyoofu na uaminifu wa ukweli wenyewe, ambao unasimama kidete dhidi ya majaribu au vitisho vya ulimwengu huu. Yakuti ni jiwe linalowakilisha mwangaza wa ukweli unaweza kwenda moja kwa moja bila kubadilika na pia linawakilisha "moyo mnyoofu" unaoona mapenzi yote ya Mungu kuwa sahihi.

Danieli na marafiki zake watatu

Mfano mzuri wa unyoofu wa kiroho na uaminifu katika Biblia unapatikana kwa Daniali na marafiki zake watatu— Shadraki, Meshaki na Abed-nego. Danieli hakukubaliana na chochote ambacho kilikuwa hakiendani na haki ya Mungu, hata iwe kitu hicho ni agizo la mfalme. Danieli alishikilia sana haki yake mbele za Mungu hadi akatupwa katika tundu la simba. Mungu alipendezwa sana kwa uaminifu wa imani ya Danieli kiasi kwamba alimlinda Danieli kwa kumtuma malaika wake kuifunga midomo ya samba, na kumruhusu kumtukuza Mungu sana.

Danieli 3:16-18 inasema kwamba marafiki watatu wa Danieli pia walishikilia imani kwa mioyo yao minyoofu mpaka wakatupwa ndani ya tanuri ya moto. Ili wasiweze kutenda dhambi ya kuabudu sanamu, walisema maneno yafuatayo kwa ujasiri mbele ya mfalme:

Ee Nebukadneza, hamna haja kukujibu katika neno hili. Kama ni hivyo, Mungu wetu tunayemtumikia aweza kutuokoa na tanuri liwakalo moto; naye atatuokoa mkononi mwako, Ee mfalme. Bali kama si hivyo, ujue, Ee mfalme, ya kuwa sisi hatukubali kuitumikia miungu yako, wala kuisujudia hiyo sanamu ya dhahabu uliyoisimamisha.

Mwishowe, hata ijapokuwa walikuwa wametupwa katika tanuri iliyoongezwa moto mara saba kuliko kawaida, marafiki watatu wa Danieli hawakuchomeka hata kidogo kwa sababu Mungu alikuwa pamoja nao. Ni ajabu sana kwamba hata unywele mmoja kichwani mwao uliteketea na hata hawakuwa na harufu ya moto! Mfalme aliyeyashuhudia haya yote alimpa Mungu utukufu, na akawapandisha cheo wale marafiki wa tatu wa Danieli.

Sharti tuombe kwa imani, bila kuwa na shaka

Yakobo 1:6-8 inatuambia jinsi Mungu anavyochukia mioyo isiyokuwa minyoofu:

Ila na aombe kwa imani, pasipo mashaka yoyote; maana mwenye shaka ni kama wimbi la bahari linalochukuliwa na upepo, na kupeperushwa huku na huku. Maana mtu kama yule asidhani ya kuwa atapokea kitu kwa Bwana. Mtu wa nia mbili husitasita katika njia zake zote.

Ikiwa hatuna mioyo minyoofu na tuna mashaka na Mungu hata iwe ni kidogo tu, basi tuna nia mbili. Wale wenye mashaka ni rahisi kuyumbishwa na majaribu ya dunia hii kwa sababu hawasikizi na ni wajanja. Zaidi ya hayo, wale wenye "nia mbili" hawawezi kuuona utukufu wa Mungu kwa sababu hawawezi kuonyesha imani yao au kutii. Ndiposa tunakumbushwa katika Yakobo 1:7, "..mtu kama yule asidhani ya kuwa atapokea kitu kwa Bwana."

Muda mfupi baada ya kuanzisha kanisa langu, binti zangu watatu takribani wafe kutokana na gesi ya sumu ys kaboni monoksaidi. Hata hivyo, sikuwa na wasiwasi na sikuwa na nia ya kuwapeleka hospitali kwa sababu nilimwamini mwenyezi Mungu kabisa. Nilienda madhabahuni na kupiga magoti kuomba kwa shukrani. Baada ya hapo, niliomba kwa imani, "Wewe gesi ya sumu ninakuamuru katika jina la Yesu Kristo, toweka!" Kisha binti zangu, waliokuwa wamezimia, wakasimama mara moja mmoja mmoja kadri nilivyomwombea kila mmoja wao. Baadi ya washirika kanisani walioshuhudia hili walishangaa sana na kufurahi, na wakampa Mungu utukufu sana.

Ikiwa tuna imani isiyoweza kukubaliana na mambo ya dunia hii na ikiwa tuna mioyo minyoofu inayompendeza Mungu, tunaweza kumtukuza na kuishi maisha yenye Baraka katika Kristo.

3. Kalkedoni: Kutokuwa na hatia na Upendo wa Kisadaka

Kalkedoni, msingi wa tatu wa kuta za Yerusalemu Mpya, kiroho vinawakilisha kutokuwa na hatia na upendo wa kisadaka.

Hali ya kutokuwa na hatia ni hali ya kuwa msafi na bila kuchafuliwa katika matendo na moyo usio na mawaa. Wakati mtu anaweza kujita mwenyewe pamoja na usafi huu wa moyo, huu ndio moyo wa roho inayopatikana katika kalkedoni.

Upendo wa kisadaka ni aina ya upendo ambayo haitaku kurudishiwa chochote ikiwa ni kwa ajili ya haki na ufalme wa Mungu. Ikiwa mtu ana upendo wa kujitoa, ataridhika tu na ule ukwela kwamba anawapenda wengine katika hali zozote na bila kutarajia chochote. Hii ni kwa sababu upendo wa kiroho hautafuti faida ya kibinafsi lakini huangalia maslahi ya wengine.

Upendo wa kimwili, hata hivyo, mtu atajisikia mtupu, mwenye huzuni na aliyevunjia moyo, ikiwa hatapendwa na wengine kwa sababu aina hii ya upendo ina ubinafsi. Kwa hiyo, mtu mwenye upendo wa kimwili bila moyo wa kujitoa hatimaye anaweza kuwachukia wengine au kuwa na uadui na wale ambao mbeleni walikuwa karibu.

Kwa hiyo, tunapaswa kutambua kwamba upendo wa kweli ni upendo wa Bwana, aliyewapenda wanadamu wote na kufanyika sadaka ya msamaha.

Upendo wa kisadaka usiotaka kulipwa kitu

Bwana wetu Yesu, akiwa katika Mungu katika hali zote, alijifanya si kitu, na akajidhalilisha na kuja duniani katika mwili kuwaokoa wanadamu. Alizaliwa katika zizini na kulazwa katika kihori cha ng'ombe ili kuwaokoa watu walio kama wanyama, na akaishi maisha ya umaskini ili atuokoe kutokana na umaskini. Yesu aliwaponya wagonjwa, akawatia nguvu wadhaifu, akawapa matumaini wale wasiokuwa na matumaini, na akafanya urafiki na wale waliokataliwa. Alituonyesha wema na upendo pekee lakini akadhihakiwa kwa hilo, akapigwa mijeledi, na hatimaye akasulubiwa, huku amevishwa taji ya miiba kichwani, na watu waovu ambao hawatambua kwamba alikuja duniani kama mwokozi wetu.

Yesu, hata alipokiwa akiteseka kwa uchungu wa kusulubiwa, alimwomba Mungu Baba huku akiwapenda wale waliomdhihaki na kumsulubisha. Alikuwa hana makosa wala doa, lakini akajisulubishwa mwenyewe kwa ajili ya wanadamu walio wenye dhambi. Bwana wetu alitoa upendo huu wa kisadaka kwa wanadamu wote na anapenda kila mtu ampende mwenzake. Hivyo, sisi tuliopokea aina hii ya upendo kutoka kwa Bwana, sharti tusitake au kutarajia chochote wakati tunapowapenda wengine.

Ruthu aliyeonyesha upendo wa kisadaka

Ruthu hakuwa Mwisraeli, lakini mwanamke wa kutoka Moabu. Aliolewa na mtoto wa kiume wa Naomi, aliyekuja katika nchi ya Moabu kuepuka balaa la njaa Israeli. Naomi alikuwa na watoto wawili wa kiume, na wote wawili walioa wanawake wa Moabu. Lakini wote hao wawili walikufa huko.

Katika hali hizi, Naomi aliposikia ile njaa Yerusalemu ilikuwa imekwisha, alitaka kurudi Israeli. Naomi alipendekeza kwa wakaza wanawe kwamba wabaki katika nchi yao ya Moabu. Mmoja wao mwanzoni alikataa, lakini hatimaye akarudi kwa wazazi wake. Lakini Ruthu alisita akisema lazima aandamane na mavyaa wake.

Kama Ruthu hangekuwa na upendo wa kisadaka, asingekuwa amefanya hivyo. Ilibidi Ruthu amsaidie mama vyaa wake kwa sababu alikuwa ni mzee sana. Isitoshe, alikuwa ni aishi katika nchi ambayo ilikuwa ni ya kigeni kabisa kwake. Hakukuwa na thawabu yoyote kwa ajili yake, hata ijapokuwa alimtumikia mavyaa wake vizuri sana.

Ruthu alionyesha upendo wa kisadaka kwa mavyaa wake ambaye hawakuwa na uhusiano wowote wa damu na kwa hiyo alikuwa mgeni kwake kabisa. Ilikuwa ni kwa sababu Ruthu pia alimwamini Mungu aliyeaminiwa na mavyaa wake. Hii inamaanisha upendo wa kisadaka wa Ruthu haukutokana tu na majukumu yake. Ulikuwa upendo wa kiroho uliotokana na imani katika Mungu.

Ruthu alikuja Israeli na mavyaa wake na akafanya kazi kwa bidii sana. Wakati wa mchana aliokota mavuno yaliyobakia shambani ili apate chakula na alimtumikia mavyaa wake na chakula hicho. Tendo hili la kweli la wema kwa kawaida ilikuja kujulikana sana na watu wa huko. Hatimaye, Ruthu alibarikiwa kupitia Boazi, aliyekuwa ni mkombozi miongoni mwa jamaa ya mavyaa wake.

Watu wengi wanafikiri kwamba, ikiwa watajinyenyekeza na kujitoa kama sadaka, thamani yao itashushwa pia. Ndiposa hawawezi kujitoa kama sadaka na kujinyenyekeza. Lakini wale wanaojitoa bila kuwa na malengo ya kibinafsi na kwa mioyo safi watafunuliwa mbele ya Mungu na watu. Wema na upendo vitang'aa kwa wengine kama taa za kiroho. Mungu anafananisha nuru ya upendo huu wa kisadaka na nuru ya kalkedoni, jiwe la msingi la tatu.

4. Zumaridi: Haki na Usafi

Zumaridi, msingi wanne wa kuta za Yerusalemu Mpya, ina rangi ya kijani inawakilisha uzuri na kijani laini cha asili. Zumaridi kiroho inawakilisha haki na usafi na inasimamia tunda la nuru kama ilivyonakiliwa katika Waefeso 5:9, "kwa kuwa tunda la nuru ni katika wema wote na haki na kweli." Rangi iliyo na mwingiliano mzuri wa 'wema wote na haki na kweli' ni sawa na nuru ya kiroho ya zumaridi. Wakati tutakapokuwa na wema wote, haki na kweli ndipo tunaweza kuwa na haki ya machoni mwa Mungu.

Haiwezi kuwa wema bila haki au haki bila wema. Na wema huo na haki lazima view vya kweli. Kweli ni kitu ambacho hakibadiliki kamwe. Kwa hiyo, hata ikiwa tuna wema na haki, ni bure ikiwa hatuka kweli.

"Haki" anayoitambua Mungu ni kutupilia mbali dhambi, kutii kikamilifu amri zilizo katika Biblia, kujitakasa kutokana na kila aina ya mambo yasiyo ya haki, kuwa mwaminifu, na kadhalika. Pia kuutafuta ufalme wa Mungu na haki yake na kutenda mapenzi yake, kutenda matendo yenye nidhamu na yaliyonyooka, si kuiacha njia ya haki. Badala yake ni asimame kidete katika njia ya sawa, na mengine yote ni ya "haki" inayotambuliwa na Mungu.

Haijalishi tuwapole na wema kiasi gani, hatutazaa tunda la nuru tusipokuwa wenye haki. Tuseme kwa mfano mtu amshike baba yako kooni na kumtukana hata ijapokuwa hana makosa. Ikiwa utanyamaza na kumtazama baba yako akiteswa, hatuwezi kusema kwamba hiyo ni haki ya kweli; huwezi kusemekana unatekeleza jukumu lako kama mtoto wa kiume wa baba yako.

Kwa hiyo, wema bila haki si "wema" wa kiroho machoni mwa Mungu. Inawezekanaje akili danganyifu na isiyo na hakika kuwa njema? Vivyo hivyo, haki bila wema haiwezi kuwa "haki" machoni mwa Mungu lakini ni haki machoni mwa mtu mwenyewe.

Haki na usafi wa Daudi

Daudi alikuwa mfalme wa pili wa Israeli, baada tu ya mfalme Sauli. Wakati Sauli alipokuwa mfalme, Israeli ilikuwa ikipigana na Wafilisti. Daudi alimpendeza Mungu kwa imani yake na kumshinda Goliathi. Kupitia hili, Israeli walishinda vita.

Na watu walipompenda Daudi baada ya tukio hili, Sauli alimwonea wivu Daudi na akajaribu kumuua. Sauli tayari alikuwa ameachwa na Mungu kwa sababu ya kiburi chake na uasi. Mungu aliahidi kwamba angemfanya Daudi kuwa mfalme mahali pa Sauli.

Katika hali hii, Daudi alimtendea Sauli wema, haki, na kweli. Huku akiwa hana hatia, Daudi ilibidi amkimbie Sauli wakati wote kwa kuwa kwa muda mrefu alijaribu kumuua. Siku moja, Daudi alipata fursa nzuri ya kumuua Sauli. Askari waliokuwa na Sauli walifurahi na walitaka kumuua Sauli, lakini Daudi akawakataza wasimuue.

1 Samueli 24:6 inaesma, "[Daudi] akawaambia watu wake, Hasha! Nisimtendee bwana wangu, masihiv wa BWANA, neno hili, kuunyosha mkono wangu juu yake, kwa maana yeye ni masihi wa BWANA.'"

Hata ijapokuwa Sauli aliachwa na Mungu, Daudi hakuweza kumdhuru Sauli aliyekuwa ametiwa mafuta na Mungu kuwa mfalme. Kwa kuwa mamlaka ya kumwacha Sauli aishi au kufa yalikuwa mikononi mwa Mungu, Daudi hakuvuka mpaka wa mamlaka aliyowekewa. Mungu anasema moyo huu wa Daudi ni wa haki.

Haki yake ilifunuliwa pamoja na wema wenye mvuto. Sauli alijaribu kumuaa, lakini Daudi akamwacha Sauli aishi. Huu ni wema mkuu sana. Halipa ovu kwa ovu, lakini alilipa kwa maneno na matendo mazuri. Wema huu na haki ulikuwa wa ukweli, kumaanisha vilitoka kwenye kweli yenyewe.

Sauli alipotambua kwamba Daudi alimwacha aishi, aliguswa sana na wema huo na akaonekana moyo wake umebadilika. Lakini mara tu mawazo yake yakabadilika tena, na akaanza kutaka kumuua Daudi tena. Kisha Daudi akapata fursa nyingine ya kumuua Sauli, lakini kama mwanzoni alimwacha Sauli aishi. Daudi alionyesha wema na haki isiyobadilika ambayo iliweza kutambuliwa na Mungu.

Endapo, Daudi angelimuua Sauli mara ile ya kwanza, angekuwa mfalme mapema bila kupitia mateso mengi. Bila shaka ingekuwa hivyo. Hata ikiwa lazima tupitie mateso zaidi na masumbufu, sharti tuwe na moyo wa kuchagua kutenda haki ya Mungu. Na ikiwa tunatambuliwa na Mungu kuwa wenye haki, kiwango cha Mungu kutupatia kitakuwa tufauti.

Daudi hakumuua Sauli kwa mkono wake. Sauli aliuawa kwa mikono ya Mataifa. Na kama Mungu alivyompangia Daudi, Daudi alifanyika mfalme wa Israeli. Zaidi ya hayo, baada ya Daudi kuwa mfalme, alikuwa angeweza kuunda taifa lenye nguvu sana. Sababu kuu kabisa ni kwamba Mungu alipendezwa sana na moyo wa haki na msafi wa Daudi.

Kwa njia hiyo hiyo, sharti tuwe wakamilifu katika wema, haki, na kweli ili tuweze kuzaa matunda mengi ya nuru—tunda la zumaridi, kama msingi wan ne na tutoe manukato ya haki ambayo kwayo Mungu anapendezwa.

5. Sardoniki: Uaminifu wa Kiroho

Sardoniki, msingi wa tano wa kuta za Yerusalemu Mpya, kiroho inawakilisha uaminifu Tukitenda tu yale tunayopaswa kutenda, hatuwezi kusema sisi ni waaminifu. Tunaweza kusema tu waaminifu tukitenda zaidi ya yale tunayotakiwa kufanya. Kutenda zaidi yale tuliyopewa kama majukumu yetu hatuwezi kuwa wavivu. Lazima tufanye bidii na kujituma katika kutenda kazi zetu na kisha tutende zaidi ya hayo.

Tuseme kwa mfano umeajiriwa kazi. Kisha ukitenda kazi yako vizuri, tunaweza kusema wewe ni mwaminifu? Ulitenda yale uliyopaswa kutenda, kwa hiyo hatuwezi kusema una bidii na mwaminifu. Sharti utekeleze sit u kazi uliyopewa kwa akili na moyo wako wote, lakini pia kujaribu kufanya mambo ambayo awali hukuyapewa. Utakapofanya hivyo ndipo unaweza kusema u mwaminifu.

Aina ya uaminifu wa bidii unaotambuliwa na Mungu ni kutekeleza jukumu lako kwa moyo wako wote, akili zako zote, nafsi yako yote na kwa maisha yako yote. Na aina hii ya uaminifu inapaswa kutekelezwa katika sehemu zote: kanisani, kazini na katika familia. Kisha, tunaweza kusema u mwaminifu katika nyumba yote ya Mungu.

Kuwa mwaminifu kiroho

Ili tuweze kuwa mwaminifu kiroho, sharti kwanza tuwe na moyo wa haki. Sharti tutamanani kuona ufalme wa Mungu umepanuliwa, ili kanisa liweze kuwa na uvuvio na likue, na pia kazini kuweze kufanikiwa na jamii zetu ziwe na furaha. Ikiwa hatutatafuta mambo yetu wenyewe, lakini tuwatakie wengine na jamii nzima mafanikio, sasa huko ndiko kuwa na moyo wa haki.

Ili tuweze kuwa waaminifu, pamoja na kuwa na moyo wa haki, sharti tuwe na moyo wa kisadaka. Tukifikiria tu kwamba, "Kitu cha muhimu zaidi ni mafanikio, bila kujali ikiwa kanisa linakua au la," yamkini hatutajitoa kwa ajili ya kanisa. Hatuwezi kuona uaminifu katika maisha ya mtu wa aina hii. Pia, Mungu hawezi kusema kwamba aina hii ya moyo ni moyo ambao ni wa haki.

Kwa kuongezea haki hii, tukiwa na moyo wa kisadaka, tutafanya kazi kwa uaminifu kwa ajili ya wokovu wa nafsi na kanisa. Hata ikiwa hatuna kazi maalum, tutaihubiri injili kwa bidii. Hata ikiwa hakuna mtu atakayetuagiza tuihubiri, tutazitunza nafsi nyingine. Pia tutatoa muda wetu wa starehe ili tuweze kuzitunza nafsi. Pia tutatumia pesa zetu wenyewe kwa ajili ya faida ya nafsi nyingine na kuwaonyesha upendo wote na uaminifu.

Ili tuweze kuwa waaminifu katika hali zote, sharti tuwe na wema wa moyo. Wale walio wema katika moyo hataegemea upande mmoja tu au upande mwingine. Ikiwa tumepuuzilia mbali jambo fulani, hatutakuwa na furaha juu yake ikiwa tuna wema wa moyo.

Ikiwa una wema wa moyo, utakuwa mwaminifu katika kazi zote ulizo nazo. Hutapuuza lile kundi lingine kwa kufikiria, "Kwa kuwa mimi ndiye kiongozi wa kundi hili, wanachama wa kundi wataelewa ni kwa nini siwezi kuhudhuria mkutano ule." Moyoni ndani ya wema utahisi kwamba hupaswi kupuuza lile kundi lingine. Kwa hiyo, ikiwa huwezi kuhudhuria mkutano, utafanya kitu na ulitunze lile kundi la pili pia.

Uzito wa aina hii ya mtazamo utakuwa tofauti kulingana na uzito wa wema ulio nao. Ikiwa una wema kidogo, hata hutajali sana kuhusu lile kundi lingine. Lakini ukiwa na wema mkubwa, hutapuuza kitu kitakachokusumbua moyo wako. Unajua ni aina gani ya matendo ni matendo ya wema, na ikiwa hutimizi wema huo, itakuwa vigumu kwako kuweza kuumudu. Utakuwa na amani tu wakati utakapotenda matendo ya wema.

Wale walio wazuri moyoni punde si punde watahisi hali ya kusumbuka moyoni ikiwa hawatatenda kile wanachopaswa kutenda katika hali yoyote, iwe kazini au nyumbani. Hata hawatoi vijisababu kwamba hali haikuruhusu wao kutenda wanayopaswa kutenda.

Kwa mfano, tuseme kuna mshirika mwanamke aliye na vyeo vingi kanisani. Naye awe anatumia muda mwingi kanisani na anatumia muda mchache na mumewe na watoto wake tofauti na alivyokuwa akifanya zamani.

Ikiwa ni mwema kweli moyoni na mwaminifu katika hali zote, na muda wa kuwa na familia yake umepungua, sharti amuonyeshe mumewe na watoto wake upendo zaidi na awatunze zaidi. Sharti ajaribu awezavyo kati hali zote na kazi zake zote.

Wale watu walio karibu naye wataweza kuhisi harufu nzuri na yenye faida ya kweli kutoka moyoni mwake na waridhike. Kwa sababu wanahisi wema na upendo wa kweli, watajaribu kumuelewa na kumsaidia. Matokeo yake ni kwamba atakuwa na amani na kila mtu. Huku ndiko kuwa mwaminifu katika nyumba yote ya Mungu kwa moyo mwema.

Kama Musa alivyokuwa mwaminifu katika nyumba yote ya Mungu

Musa alikuwa nabii aliyetambuliwa na Mungu kwa kiwango ambacho Mungu alinena naye ana kwa ana. Musa alitenda kazi zake zote kabisa ili kutimiza yale mambo aliyoamriwa na Mungu, bila kufikiria shida zake mwenyewe. Watu wa Israeli waliendelea kulalamika na kuasi wakati walipokumbana na shida hata baada ya kushuhudia na kuona maajabu na ishara za Mungu, lakini Musa aliendelea kuwaelekeza katika imani na upendo. Hata wakati Mungu alipokuwa amekasirishwa na watu wake wa Israeli kwa sababu ya dhambi zao, Musa hakuwaacha. Alimrudia BWANA, na akasema maneno yafuatayo:

Aa! Watu hawa wametenda dhambi kuu wamejifanyia miungu ya dhahabu. Lakini sasa, ikiwa utawasamehe dhambi yao – na kama sivyo, unifute, nakusihi, katika kitabu chako ulichoandika! (Kutoka 32:31-32)

Alifunga kwa niaba ya watu, akihatarisha maisha yake mwenyewe, na alikuwa mwaminifu kushinda vile Mungu alivyomtarajia. Ndiposa Mungu alimtambua na kumhakikishia Musa na kumwambia, "Yeye ni mwaminifu katika nyumba yangu yote" (Hesabu 12:7).

Isitoshe, uaminifu unaowakilishwa na sardoniki ni kule kuwa mwaminifu hadi kufa kama ilivyoandikwa katika Ufunuo 2:10. Hilo linawezekana tu tunapompenda Mungu kwanza. Ni kutoa wakati wetu wote na pesa, na hata kutenda zaidi ya yale tunayopaswa kutenda kwa mioyo yetu yote na akili zetu zote.

Katika siku za kale, kulikuwa na watu waaminifu waliomsaidia mfalme na walikuwa waaminifu kwa taifa lao, hata kufikia kiwango cha kuyatoa maisha yao wenyewe. Ikiwa mfalme alikuwa dikteta, wale watumishi wake waaminifu wangemshauri mfalme afuate njia ya sawa, hata ikiwa kwa kufanya hivyo wangepoteza maisha yao. Wangepelekwa uhamishoni au hata kuaawa, lakini walikuwa waaminifu kwa sababu walimpenda mfalme na taifa hata ikiwa upendo huo ungegharimu maisha yao.

Lazima tumpende Mungu kwanza ili tutende zaidi ya yale yanayotarajiwa kwetu, kama vile wale watumishi waaminifu waliyoyatoa maisha yao kwa ajili ya taifa, na kama vile Musa alivyokuwa mwaminifu katika nyumba yote ya Mungu ili kutimiza ufalme wa Mungu na haki. Hivyo, tunapaswa kujitakasa haraka na kuwa waaminifu katika hali zote za maisha yetu ili tuweze kuhitimu kuingina Yerusalemu Mpya.

6. Akiki: Upendo wa Dhati

Akiki ina rangi nyekundu iliyokolea, unaweza kuona kupitia kwake na inawakilisha jua liwakalo. Ndio msingi wa sita wa kuta za Yerusalemu Mpya na kiroho inawakilisha ari, azma, na upendo wa dhati katika kutimiza ufalme wa Mungu na haki. Ni jukumu la moyo kutenda kwa uaminifu na kwa nguvu zetu zote kazi na majukumu tuliyopewa.

Viwango tofauti vya upendo wa dhati

Kuna viwango vingi vya upendo na kwa jumla, unaweza kugawanywa katika makundi mawili, ambayo ni upendo wa kiroho na upendo wa kimwili. Upendo wa kiroho haubadiliki kamwe kwa sababu unatoka kwa Mungu, lakini upendo wa kimwili hubadilika kwa urahisi kwa sababu ni wa kibinafsi.

Haijalishi upendo wa watu wa kidunia ni wa kweli kiasi gani, hauwezi kuwa upendo wa kiroho, ambao ni upendo wa Bwana unaoweza kupatikana katika kweli. Hatuwezi kuwa na upendo wa kiroho mara tu tunapompokea Bwana na kuujua ukweli. Tunaweza kuupata tu baada ya kutimiza moyo wa Bwana.

Je, una upendo huu wa kiroho? Unaweza kujichunguza kwa fasili ya upendo wa kiroho katika 1 Wakorintho 13:4-7.

Upendo huvumilia, hufadhili; upendo hauhusudu; upendo hautakabari; haujivuni; haukosi kuwa na adabu; hautafuti mambo yake; hauoni uchungu; hauhesabu mabaya; haufurahii udhalimu, bali hufurahi pamoja na kweli; huvumilia yote; huamini yote; hutumaini yote; hustahimili yote.

Kwa mfano, ikiwa tuna subira lakini wabinafsi, si wepesi wa hasira lakini tuwajeuri, bado hatuna upendo wa kiroho ambao Paulo anaandika juu yake; hatupaswi kukosa kitu hata kimoja ili tuwe na upendo wa kweli wa kiroho.

Kwa upande mwingine, ikiwa bado una una hali ya upweke au utupu hata ijapokuwa unadhani una upendo wa kiroho, hii ni kwa sababu umekuwa ukitaka kupokea bila kutambua. Moyo wako bado haujajaa ukweli wa upendo wa kiroho kabisa.

Kwa upande mwingine, ukiwa umejaa upendo wa kiroho, hutawahi kuhisi upweke au utupu, lakini utasisimuka, utafurahi, na kushukurubu. Upendo wa kiroho hufurahi katika kutoa: kadri unavyotoa zaidi, ndivyo utakavyosisimka, na kushukuru, na kufurahi zaidi.

Upendo wa kiroho hufurahi katika kujitoa wenyewe

Warumi 5:8 inatuambia, "Bali Mungu aonesha pendo lake yeye mwenyewe kwetu sisi, kwa kuwa Kristo alikufa kwa ajili yetu, tulipokuwa tungali wenye dhambi."

Mungu anampenda Yesu, Mwanawe wa pekee, sana kwa sababu Yesu ndiye kweli yenyewe ambaye anafanana na Mungu mwenyewe. Hata, hivyo bado alimtoa mwanawe wa pekee kama sadaka ya ondolea la dhambi. Upendo wa Mungu ni mkuu na wenye thamani sana!

Mungu alidhihirisha upendo wake kwetu kwa kumtoa mwanawe wa pekee kama sadaka. Ndiposa tunasoma katika 1 Yohana 4:16, "Nasi tumelifahamu pendo alilo nalo Mungu kwetu sisi, na kuliamini. Mungu ni upendo, naye akaaye katika pendo, hukaa ndani ya Mungu, na Mungu hukaa ndani yake."

Ili tuweze kuingia Yerusalemu Mpya, lazima tuwe na upendo wa Mungu ambao kwa huo tunaweza kujitoa wenyewe kama sadaka, na upendo unaofurahi katika kutoa ili tuweze kutoa ushahidi unaoonyesha jinsi maisha yetu katika Mungu yalivyo.

Upendo wa dhati wa mtume Paulo kwa nafsi

Mtu wa kibiblia aliye na aina hii ya moyo wenye upendo wa dhati kama sardio katika kujitoa kwa ufalme wa Mungu ni mtume Paulo. Tangu wakati alipokutana na Bwana hadi kifo chake matendo yake ya kumpenda Bwana hayakubadilika. Kama mtume kwa Mataifa, aliokoa nafsi nyingi na kuanzisha makanisa mengi kupitia kwa safari tatu za umisionari. Alimtangaza Yesu Kristo, hadi kifo chake huko Rumi wakati alipouawa kwa ajili ya imani yake.

Akiwa mtume kwa Mataifa, Paulo alikumbana na shida na hatari nyingi sana. Alipitia hali kali za kuhatarisha maisha yake na aliteswa na Wayahudi wakati wote. Alipigwa na kufungwa jela, na akiwa kwenye meli alikumbana na dhoruba kali mara tatu na meli ikavunjika. Alikosa usingizi, mara kwa mara alikosa chakula na maji na akastahimili majira ya baridi na ya joto. Wakati wa safari zake za umisionari, kulikuwa na hali nyingi ambazo zilikuwa ngumu kwa mtu yeyote kuzivumilia.

Hata hivyo, Paulo hakujutia jambo lolote. Hakuwahi kuwa na kipindi cha mawazo yaliyosema, "Mambo ni magumu na ningependa kupumzika japo kwa muda mfupi…" Moyo wake haukuyumbishwa, na hakuogopa chochote. Ijapokuwa alikuwa akipitia mateso mengi sana, msingi wa kujali kwake ulikuwa kwa ajili ya kanisa na waamini.

Ni kama alivyokiri katika 2 Wakorintho 11:28-29, "Mbali na mambo ya nje, yako yanijiayo kila siku, ndiyo maangalizi ya makanisa yote. 29 Ni nani aliye dhaifu, nisiwe dhaifu nami? Ni nani aliyekwazwa nami nisichukiwe?"

Hadi wakati alipotoa maisha yake, Paulo alionyesha ari na

kujitoa kadri alivyofanya kazi kwa bidii kuona nafsi zinaokolewa. Tunaweza kuona jinsi alivyokuwa na ari na shauku ya kuona nafsi zinaokolewa kama ilivyo katika Warumi 9:3, inasema, "Kwa maana ningeweza kuomba mimi mwenyewe niharimishwe na kutengwa na Kristo kwa ajili ya ndugu zangu, jamaa zangu kwa jinsi ya mwili."

Hapa, 'ndugu zangu' haimaanishi ndugu wa damu tu. Ilimaanisha Waisraeli wote, wakiwemo wale Wayahudi waliomtesa. Alisema alikuwa hata tayari kwenda jehanamu, ili wapate wokovu. Tunaweza kuona jinsi upendo wake wa dhati ulivyokuwa kwa nafsi na jinsi bidii zake zilikuwa kwa ajili ya wokovu wao.

Upendo huu wa dhati kwa ajili ya Bwana, ile bidii na juhudi za kuona nafsi nyingine zikiokolewa vimewakilishwa na rangi nyekundu ya sardio.

7. Krisolitho: Rehema

Krisolitho, msingi wa saba wa kuta za Yerusalemu Mpya, ni jiwe unaloweza kuona kupitia kwake au unaloweza kuona kupitia kwake kwa kiasi tu. Linatoa rangi ya njano, ya kijani, samawati, na ya waridi au wakati mwingine unaweza kuona kupitia kwake kabisa.

Je, krisolitho linaashiria nini kiroho? Maana ya kiroho ya rehema ni kuelewa katika kweli mtu ambaye hawezi kueleweka kabisa na kumsamehe katika kweli mtu asiyeweza kusamehewa kamwe. Kuelewa na kusamehe 'katika kweli' ni kuelewa na kusamehe kwa upendo katika wema. Rehema ambayo kwayo tunaweza kuwakumbatia wengine kwa upendo, ni ile rehema inayowakilishwa na krisolitho.

Wale walio na rehema hii hawana ubaguzi wowote. Hawasemi moyoni, 'Simpendi huyu kwa sababu ya hili na lile.' Hawamchukii au kutompenda mtu yeyote. Ndiyo, hawana uadui na mtu yeyote.

Hujaribu kuangalia kila kitu na kufikiria kitu kwa njia nzuri. Wanamkumbatia kila mtu. Kwa hiyo, hata wanapokutana na mtu aliyetenda dhambi mbaya sana, huonyesha huruma tu. Wanaichukia dhambi, lakini si mwenye dhambi. Badala yake wanamuelewa na kumkumbatia. Hii ndiyo rehema.

Moyo wa rehema kama ulivyofunuliwa kupitia Yesu na Stefano

Yesu alionyesha rehema zake kwa Yuda Iskariote ambaye alikuwa atamuuza. Yesu alijua tangu mwanzo kwamba Yuda Iskariote angelimsaliti. Hata hivyo, Yesu Yesu hakumtenga au kukaa mbali naye. Katika moyo wake, hakumchukia au kukosa kumpenda. Yesu alimpenda hadi mwisho na alimpa nafasi ya kugeuka. Huu ndio moyo wa rehema.

Hata wakati Yesu alipoangikwa msalabani, hakulalamika au kumchukia mtu yeyote. Aliwaombea wale waliokuwa wakimuumiza na kumjeruhi kama ilivyoandikwa katika Luka 23:34, inayosema, "Baba, uwasamehe, kwa kuwa hawajui watendalo."

Stefano pia alikuwa na ina hii ya rehema. Ijapokuwa yeye hakuwa mtume, alijaa neema na nguvu. Watu waovu walimuonea wivu na hatimaye wakamuua kwa kumpiga mawe. Lakini hata wakati alipokuwa akipigwa mawe, aliwaombea wale waliokuwa wakimuua. Imenakiliwa katika Matendo 7:60, "Akapiga magoti, akalia kwa sauti kuu, Bwana, usiwahesabie dhambi hii. Akiisha kusema haya akalala."

Lile tendo la Stefano kuwaombea wale waliokuwa wakimuua kunathibitisha kwamba alikuwa tayari amewasamehe. Hakuwachukia. Hii inatuonyesha kwamba alikuwa na tunda kamilifu la rehema kiasi cha kuwahurumia watu hao.

Ikiwa kuna mtu yeyote unayemchukia au usiyempenda miongoni mwa watu wa familia yako au ndugu zako katika imani au wafanyakazi wenzako kazini, au endapo kuna mtu yeyote unayefikiria, 'Sipendi mtazamo wake. Wakati wote hunipinga, hivyo sina haja naye,' au ikiwa humpendi tu na unakaa kando na mtu fulani kwa sababu fulani, je si hiyo iko mbali na 'rehema'?

Tusiwe na mtu yeyote tunayemchukia au kutompenda. Sharti tuweze kuelewa, kumkubali, na kumwonyesha wema kila mtu. Mungu Baba anatuonyesha uzuri wa rehema kupitia kwa kito cha krisolitho.

Moyo wa rehema unaokumbatia kila kitu

Sasa basi, kuna tofauti gani kati ya upendo na rehema?

Upendo wa kiroho ni kujitoa kama sadaka bila kuangalia faida au matamanio yako mwenyewe, na pia kutoka kulipwa chochote, na rehema huweka uzito kwenye msamaha na kuwakubali wengine jinsi walivyo. Kwa maneno mengine, rehema ni moyo unaoelewa na hauchukii hata wale wasioeleweka au kupendeka. Rehema haichukii au kumdhihaki mtu yeyote lakini kuwatia nguvu na kuwafariji wengine. Ikiwa una aina hii ya moyo mkunjufu, hutaweza kuyaona makosa ya wengine lakini badala yake huwakumbatia ili aweze kuwa na uhusiano mzuri nao.

Sasa basi, tunapaswa kuwatendeaje watu waovu? Sharti tukumbuke kwamba wakati mmoja sisi pia tulikuwa waovu, lakini tukamjia Mungu kwa sababu mtu fulani alituelekeza kwenye kweli kwa upendo na msamaha.

Pia, tunapokumbana na waongo, mara kwa mara tunasahau kwamba sisi pia wakati fulani kabla tumwamini Mungu, tulikuwa tukisema uwongo ili tujinufaishe wenyewe. Badala ya kuwaepuka watu kama hao, tunapaswa kuonyesha rehema zetu ili waweze kugeuka na kuacha njia zao ovu. Tutakapowaelewa na kuwaongoza kwa kuwavumilia na upendo, hadi waujue ukweli, watabadilika na kuifuata kweli. Vivyo hivyo, rehema ni kuwachukulia watu kuwa sawa bila kuwabagua, bila kumuudhi yeyote na kuelewa kila kitu kwa njia nzuri iwe unakipenda au la.

8. Zabarajadi: Saburi

Zabarajadi, msingi wa nane wa kuta za Yerusalemu Mpya, una rangi ya samawati au kijani iliyokolea na inatukumbusha bahari ya samawati. Sasa zabarajadi inawakilisha nini kiroho?

Inawakilisha saburi katika kila kitu katika kutimiza ufalme wa Mungu na haki yake. Zabarajadi inasimamia kuvumilia katika upendo, kuwavumilia hata wale wanaokutesa, kukulaani, na kukuchukia na badala yake kutowachukia, kutogombana nao, au kupigana nao.

Yakobo 5:10 inatuhimiza kama ifuatavyo: "Ndugu, watwaeni manabii walionena kwa jina la Bwana, wawe mfano wa kustahimili mabaya, na wa uvumilivu." Tunaweza kuwabadilisha wengine tutakapowavumilia.

Saburi kama tunda la Roho Mtakatifu na la upendo wa kiroho

Tunaweza kusoma habari za saburi kama moja ya matunda tisa ya Roho Mtakatifu katika Wagalatia 5, na kama tunda la upendo katika 1 Wakorintho 13. Je, kuna tofauti kati ya saburi kama tunda la Roho Mtakatifu na saburi kama tunda la upendo?

Kwa upande mwingine, saburi katika upendo inarejea ile saburi inayotakiwa katika kuvumilia aina yoyote ya shida, kama vile kuwavumilia wale wanaokutusi au aina nyingi za shida unazokumbana nazo katika maisha. Kwa upande mwingine, saburi kama tunda la Roho Mtakatifu inarejea saburi katika kweli na saburi mbele za Mungu katika kila kitu.

Kwa hiyo, saburi kama tunda la Roho Mtakatifu lina maana pana, ikiwemo saburi juu ya mambo ya kibinafsi na mambo yanayohusu ufalme wa Mungu na haki yake.

Aina mbalimbali za saburi katika kweli

Saburi ya kutimiza ufalme wa Mungu na haki yake unaweza kuwekwa katika sehemu tatu.

Kwanza, kuna saburi kati ya Mungu na sisi. Lazima tuwe na subira hadi ahadi ya Mungu iweze kutimia. Mungu Baba ni mwaminifu; akiongea kitu, kwa hakika anakitimiza bila kukirudisha nyuma. Hivyo, ikiwa tumepokea ahadi kutoka kwa Mungu, lazima tuwe na saburi hadi itimizwe.

Pia, ikiwa tumemwomba Mungu kitu, sharti tuwe na subira hadi tupokee jibu. Waamini wengine husema maneno yafuatayo, "Mimi huomba usiku kucha na hata hufunga, na bado sijapata jibu." Hii ni kama mkulima anayepanda mbegu na kisha baad ya muda mfupi anachimbua mchanga kwa sababu hakuna mazao mara moja. Ikiwa tumepanda mbegu, lazima tuwe na subira hadi ichipuze, ikue, na itoe maua na kisha izae matunda.

Mkulima hung'oa magugu na kuilinda mimea kutokana na wadudu wabaya. Yeye hufanya kazi nyingi sana na kutoa jasho ili apate mazao mazuri. Katika njia hiyo hiyo, ili tuweze kupokea kile tulichokiomba, kuna mambo ambayo sharti tuyafanye. Sharti tutimize vipimo vinavyotakiwa kulingana na vipimo vya zile Roho saba—imani, furaha, maombi, shukrani, uaminifu wa utendaji kazi wa bidii, kuzishika amri, na upendo.

Mungu hutujibu mara moja ikiwa tu tunatimiza viwango vinavyotakiwa kulingana na viwango vya imani yetu. Lazima tuelewe kwamba muda wa kuwa na subira na Mungu ndio wakati wa kupokea jibu kamili zaidi, na kutufanya kutufurahi na kushukuru hata zaidi.

Pili, kuna saburi miongoni mwa watu. Saburi ya upendo wa kiroho iko kwenye aina hii ya saburi. Ili tuweze kumpenda mtu yeyote katika mahusiano ya aina zote, tunahitaji saburi. Tunahitaji saburi ili tumwamini mtu wa aina yeyote, tumvumilie, na tuwe na matuamini kwamba atafanikiwa. Hata akitenda kitu kilicho kinyume cha matarajio yetu, lazima tuwe na saburi katika mambo yote. Sharti tuwaelewe, tuwakubali, tuwasamehe, tujitoe na tuwe na saburi.

Wale wanaojaribu kuwahubiria injili watu wengi wana uwezekano mkubwa wa kutukanwa na kuteswa. Lakini wakiwa na saburi moyoni, watazitembelea hizo nafsi tena huko wakiwa na tabasamu nyusoni mwao. Wakiwa na upendo wa kuokoa nafsi hizo, watafurahi na kutoa shukrani, na hawatakata tama kamwe. Wanapoonyesha saburi ya aina hii kwa wema na upendo kwa mtu anayehubiriwa injili, lile giza huondoka kutoka kwake kwa sababu ya nuru hiyo na hivyo yule mtu anaweza kuufungua moyo wake, na kuukubali, na kupokea wokovu.

Tatu, kuna saburi ya kubadilisha mioyo.

Kubadilisha mioyo yetu ni kung'oa uwongo na uovu kutoka mioyoni mwetu na nahali pake kupanda kweli na wema. Kubadilisha mioyo yetu ni sawa kusafisha shamba. Lazima tuondoe mawe na kung'oa magugu. Wakati mwingine, lazima tuchimbue mchanga. Ndipo, litakuwa shamba zuri, na kila tutakachopanda, kitamea na kuzaa matunda.

Ndivyo ilivyo na mioyo ya wanadamu. Tukichunguza uovu mioyoni mwetu na kuung'oa, ndipo tutakuwa na shamba zuri la mioyo yetu. Kisha, Neno la Mungu likipandwa, litachipuza, na kumea vizuri na kuzaa matunda. Na kama vile tunavyopaswa kumwaga jasho na kufanya kazi kwa bidii kusafisha shamba, sharti tufanye vivyo hivyo tunapobadilisha mioyo yetu. Lazima tujaribu kumlilia Mungu katika maombi kwa bidii kwa nguvu zetu zote na mioyo yetu yote. Kisha tunaweza kupokea nguvu za Roho Mtakatifu kulima moyo ulio kimwili ambao unafanana na shamba.

Mchakato huu si rahisi kama watu wanavyofikiria. Hii ndiyo sababu watu wengine huona kama ni mzigo, huvunjika moyo, na kukata tamaa. Kwa hiyo, tunahitaji saburi. Hata ijapokuwa inaonekana tunabadilika polepole, sharti tusivunjike moyo au kukata tamaa.

Sharti tukumbuke upendo wa Bwana aliyekufa msalabani kwa ajili yetu, tupokee nguvu mpya, na tuendelee kuliandaa shamba la moyoni. Pia, sharti tutegemee upendo na Baraka za Mungu ambazo atatupa wakati tutakapokuwa tumeandaa mioyo yetu kabisa. Pia ni lazima tuendelee kufanya kazi huku tukiwa na shukrani kubwa.

"Kama hatuna uovu ndani yetu, neno "saburi" halitahitajika. Kwa njia hiyo hiyo, ikiwa tuna upendo, msamaha, na uelewa, hakutakuwa na nafasi ya "saburi." Hivyo, Mungu anapenda tuwe na aina ya saburi ambapo neno "saburi" halihitajiki. Kwa kweli, Mungu, abmaye mwenyewe ni wema na upendo, hahitaji kuwa na saburi. Na bado anatuambia yeye ana "saburi" nasi ili kutusaidia kuelewa dhana ya "saburi." Tunapaswa kutambua kwamba kadri tulivyo na sifa zaidi za kuwa na saburi katika hali fulani, ndivyo zaidi tulivyo na uovu zaidi mioyoni mwetu mbele za Mungu. Ikiwa hatuna kitu cha kutufanya tuwe na saburi baada ya kukamilisha tuna kamilifu la saburi, tutakuwa na furaha wakati wote, tatasikia tu habari njema kutoka hapa na pale, na kuhisi wepesi mioyoni kana kwamba tunatembea juu ya mawingu.

9. Yakuti ya manjano: Wema wa Kiroho

Yakuti, msingi wa tisa wa kuta za Yerusalemu Mpya, ni jiwe la rangi ya machungwa, unaloweza kuona kupitia kwake, lina rangi nyekundu iliyochanganyika na ya machungwa. Moyo wa kiroho unaowakilishwa na yakuti ya manjano ni wema wa kiroho. Wema ni sifa ya kuwa mkarimu, msaidizi, na mwazi. Lakini maana ya kiroho ya wema ina maana ya kina zaidi.

Pia kuna wema miongoni mwa matunda tisa ya Roho Mtakatifu, na ina maana sawa na wema wa yakuti ya manjano. Maana ya kiroho ya wema ni kuutafuta wema ndani ya Roho Mtakatifu.

Kila mtu ana kigezo cha kung'amua kati ya jambo lilio sawa na lililo si sawa au kati ya mema na mabaya. Hiyo inaitwa "dhamira." Dhana ya dhamira ni tofauti kulingana na nyakati tofauti, nchi, na watu.

Kigezo cha kupima kiwango cha wema wa kiroho ni kimoja tu: Neno la Mungu, ambalo ndio kweli. Kwa hiyo, kutafuta wema kulingana na mtazamo wetu si wema wa kiroho. Kutafuta wema machoni mwa Mungu ni wema wa kiroho.

Mathayo 12:35 inasema, "Mtu mwema katika akiba njema hutoa mema." Hivyo hivyo, wale walio na wema wa kiroho ndani yao watatoa wema huo. Popote waendapo na yeyote wanayekutana naye, maneno na matendo mazuri yatatoka kwao.

Kama vile watu wanaojipulizia manukato hunukia vizuri, harufu nzuri ya wema itatoka kwa wale walio na wema. Yaani, watatoa harufu nzuri ya wema wa Kristo. Kwa hiyo, kwa kutafuta wema moyoni tu hakutoshi kuitwa wema. Ikiwa tuna moyo unaotafuta wema, basi tutatoa manukato ya Kristo kwa maneno na matendo mazuri. Katika njia hii, lazima tuonyeshe maadili mema na upendo kwa wale walio karibu nasi. Huu ndio wema katika maana ya kweli na ya kiroho.

Kipimo cha kupimia wema wa kiroho

Mungu mwenyewe ni mwema, na wema unapatikana sehemu nyingi katika Biblia, Neno la Mungu. Pia kuna vifungu katika Biblia ambavyo vinatoa zaidi ya rangi za yakuti ya manjano, yaani rangi za wema wa kiroho.

Kwanza kabisa, inapatikana katika Wafilipi 2:1-4, inasema, "Basi ikiwako faraja yoyote katika Kristo, yakiwako matulizo yoyote ya mapenzi, ukiwako ushirika wowote wa Roho, ikiwako huruma yoyote na rehema, ijalizeni furaha yangu, ili muwe na nia moja, wenye mapenzi mamoja, wenye roho moja, mkiwaza mamoja. Msitende neno lolote kwa kushindana wala kwa majivuno; bali kwa unyenyekevu, kila mtu na amhesabu mwenziwe kuwa bora kuliko nafsi yake. 4 Kila mtu asiangalie mambo yake mwenyewe, bali kila mtu aangalie mambo ya wengine."

Hata ijapokuwa kuna kitu hakiko sawa kulingana na mawazo yetu na tabia zetu, tukitafuta wema katika Bwana, tutachangamana na wengine na kukubaliana na mawazo yao. Hatutagombana kwa lolote. Hatutakuwa na shauku yoyote kujionyesha au kutaka kuinuliwa na wengine. Tukiwa na mioyo minyenyekevu, tutawaweka wengine mbele kuliko sisi, tutafanya hivyo kutoka katika kilindi cha mioyo yetu. Tutatenda kazi yetu kwa uaminifu na katika njia ya kuwajibika sana. Hata tutaweza kuwasaidia wengine katika kazi zao.

Tunaweza kuona kwa urahisi ni mtu wa aina gani ana wema katika moyo wake kutoka kwenye fumbo la Msamaria mwema linalopatikana katika Luka 10:25-37:

Na tazama, mwanasheria mmoja alisimama amjaribu; akisema, Mwalimu, nifanye nini ili niurithi uzima wa milele? Akamwambia, Imeandikwa nini katika torati? Wasomaje? Akajibu akasema, Mpende Bwana Mungu wako kwa moyo wako wote, na kwa roho yako yote, na kwa nguvu zako zote, na kwa akili zako zote; na jirani yako kama nafsi yako. Akamwambia, Umejibu vema; fanya hivi nawe utaishi. Naye akitaka kujidai haki, alimwuliza Yesu, Na jirani yangu ni nani? Yesu akajibu akasema, Mtu mmoja alishuka toka Yerusalemu kwenda Yeriko, akaangukia kati ya wanyang'anyi; wakamvua nguo, wakamtia jeraha, wakaenda zao, wakamwacha akiwa karibu kufa. Kwa nasibu kuhani mmoja alishuka kwa njia ile; na alipomwona alipita kando. Na Mlawi vivyo hivyo, alipofika pale akamwona, akapita kando. Lakini, Msamaria mmoja katika kusafiri kwake alifika hapo alipokuwa; na alipomwona alimhurumia, akakaribia, akamfunga majeraha yake, akayatia mafuta na divai; akampandisha juu ya mnyama wake, akampeleka mpaka nyumba ya wageni, akamtunza. Hata siku ya pili akatoa dinari mbili, akampa mwenye nyumba ya wageni, akisema, Mtunze huyu, na chochote utakachogharimiwa zaidi, mimi nitakaporudi nitakulipa. Waonaje wewe, katika hao watatu, ni yupi aliyekuwa jirani yake yule aliyeangukia kati ya wanyang'anyi? (Luka 10:30-36).

Kati ya kuhani, Mlawi, na Msamaria, nani alikuwa jirani wa kweli na mtu mwenye upendo? Msamaria anaweza kuwa jirani wa kweli wa yule mtu aliyevamiwa na majambazi kwa sababu alikuwa na wema moyoni mwake wa kuweza kuchagua njia ya sawa, hata ijapokuwa alikuwa mtu wa Mataifa.

Huenda Msamaria hakulijua Neno la Mungu vizuri sana kama maarifa. Lakini tunaweza kuona kwamba alikuwa na moyo uliofuata wema. Inamaanisha alikuwa na wema wa kiroho kufuatana na wema machoni mwa Mungu. Hata ijapokuwa tunapaswa kutumia muda wetu na pesa, lazima tuchague wema machoni mwa Mungu. Huu ndio wema wa kiroho.

Wema wa Yesu

Kifungu kingine cha Biblia kinachotoa mwangaza wa wema kwa uangavu zaidi ni Mathayo 12:19-20. Kinahusu wema wa

Yesu. Kinasema:

Hatateta wala hatapaza sauti yake; Wala mtu hatasikia sauti yake njiani. Mwanzi uliopondeka hatauvunja, Wala utambi utokao moshi hatauzima, Hadi ailetapo hukumu ikashinda. Na jina lake Mataifa watalitumainia..

Kirai kinachosema "hadi ailetapo hukumu ikashinda" kinasisitiza kwamba Yesu katika mchakato wote wa kusulubishwa na kufufuka, Yesu alitenda hivyo kwa moyo mwem, na akatupa ushindi kwa neema yake ya wokovu.

Kwa kuwa Yesu alikuwa na wema wa kiroho, hakumkwaza wala kugombana na mtu yeyote. Alikubali kila kitu kwa hekima ya wema wa kiroho na maneno ya kweli hata alipokumbana na hali ngumu na hata zilizoonekana kutokubalika. Zaidi ya hayo, Yesu hakugombana na wale waliokuwa wakijaribu kumuua au kujaribu kujieleza ili kuonyesha hana hatia. Alimwachia kila kitu Mungu na akatimiza kila kitu kwa hekima yake na kweli katika wema wa kiroho.

Wema wa kiroho ni moyo ambao "mwanzi uliopondeka hatauvunja, wala utambi utokao moshi, hatauzima." Fasili hii inashikilia marejeo wakilishi ya wema. Wale walio na wema hawalii au kugombana na mtu yeyote. Pia, wataonyesha wema wao katika mwonekano wao vilevile. Kama ilivyoandikwa, "Wala mtu hatasikia sauti yake njiani," wale walio na wema watatoa wema na unyenyekevu. Mazoea ya Yesu yalikuwa bila makosa na yalikuwa makamilifu katika kutembea kwake, ishara zake na

lugha yake! Mithali 22:11 inasema, "Apendaye usafi wa moyo, na neema ya midomo;
Mfalme atakuwa rafiki yak."

Kwanza, 'mwanzi uliopondeka' unawakilisha wale walioteseka katika mambo mengi ya hapa duniani na wameumizwa mioyoni mwao. Hata wanapomtafuta Mungu kwa mioyo maskini, Mungu hatawaacha, lakini atawakubali. Moyo huu wa Mungu na moyo huu wa Yesu ndicho kilele cha wema.

Pili, ndivyo ilivyo na moyo ambao utambi wake hautoi moshi. Ikiwa moshi unafifia, inamaanisha moto unazimika, lakini bado kuna kuni ambazo husalia. Katika njia hii, 'utambi utoao moshi' ni mtu ambaye ametiwa mawaa na uovu kiasi kwamba nuru ya roho yake 'unatoa moshi.' Hata mtu wa aina hii, ikiwa ana uwezekano mdogo wa kupokea wokovu, hatupaswi kukata tama na kumwacha. Huu ni wema.

Bwana wetu hakati tama na kuwaacha hata wale watu wanaoishi katika dhambi na kuwa kinyume na Mungu. Bado anabisha mlango wa mioyo yao kuwaruhusu waufikie wokovu. Moyo huu wa Bwana ni wema.

Kuna watu walio kama mwanzi uliopondeka na utambi unaotoa moshi katika imani. Wanapoingia majaribuni kwa sababu ya udhaifu wa imani yao, watu wengine hawana nguvu za kurudi kanisani wao wenyewe. Huenda ni kwa sababu ya mambo ya kimwili ambayo hawajayaacha, huenda pia wamewaumiza waamini wengine kanisani. Kwa kuwa wanasikitika sana na kuona aibu juu ya mambo hayo, hawahisi kwamba wanaweza kurudi kanisani.

Kwa hiyo kwanza lazima twende kwao. Lazima tuwanyoshee mikono na kuwashika mkono. Huu ni wema. Pia, kuna watu ambao awali walikuwa katika imani, lakini baadaye wakaja kuwa nyuma katika roho. Baadhi yao walikuja kuwa kama 'utambi utoao moshi'.

Wengine wao wanataka wapendwe na kutambuliwa na wengine, lakini havifanyiki. Kwa hiyo wanavunjika mioyo na uovu ulio ndani yao unajitokeza. Wanaweza kuwaonea wivu wengine ambao wanasonga mbele katika roho, na wanaweza hata kuwaharibia majina. Hii ni sawa na utambi unaotoa moshi na gesi.

Ikiwa tuna wema wa kweli, pia tutaweza kuwaelewa watu hawa na kuwakubali. Tukijaribu kujadili ni nini ni sawa na nini si sawa na kuwafanya watu wanyenyekee, hu si wema. Lazima tuwatendee vizuri kwa kweli na upendo, hata wale wanaoonyesha uovu. Sharti tujinyenyekeze na kuigusa mioyo yao. Tukifanya hivyo tutakuwa tunatenda wema.

10. Krisopraso: Kiasi

Krisopraso, msingi wa kumi wa kuta za Yerusalemu Mpya, ndiyo yenye thamani kubwa zaidi miongoni mwa vito vya kalkedoni. Ni angavu kiasi na yenye rangi ya kijani iliyokolewa, na moja ya mawe ya thamani ambayo wanawake wa Korea walikuwa wakipenda sana zamani. Kwao kito hiki kiliwakilisha ubikira na usafi wa wanawake.

Sasa krisopraso inawakilisha nini kiroho? Inasimamia kiasi.

Ni vyema kuwa na utele wa katika kila kitu ndani ya Mungu, lakini lazima kuwe na kiasi ili kufanya kila kitu kiwe kizuri. Kiasi pia ni moja kati ya matunda tisa ya Roho Mtakatifu.

Kiasi kukamilisha ukamilifu

Tito 1:7-9 inatueleza kuhusu hali za askofu wa kanisa, na moja ya hali hizo ni kiasi. Ikiwa mtu asiyekuwa na kiasi atakuwa askofu, ataweza kukamilisha nini katika maisha yake yasiyokuwa na kiasi?

Katika yote tunayotenda kwa ajili ya Bwana na katika Bwana, sharti tuweze kung'amua kati ya kweli na uwongo, na kufuata mapenzi ya Roho Mtakatifu huku tukiwa na kiasi. Ikiwa tunaweza kuisikia sauti ya Roho Mtakatifu, tutafanikiwa katika mambo yote kwa kuwa tuna kiasi. Hata hivyo ikiwa hatuna kiasi mambo yanaweza kwenda kombo na huenda tukapatwa na ajali, majanga ya kiasili na yale yanayosababishwa na wanadamu, magonjwa na mengine kama hayo.

Vivyo hivyo, tunda la kiasi ni muhimu sana, na ni la lazima katika kutimiza ukamilifu. Tunapozaa tunda la upendo, tunaweza kuzaa matunda ya furaha, amani, saburi, ukarimu, wema, uaminifu, na upole, na matunda haya yatakamilishwa na kiasi.

Kiasi kinaweza kulinganishwa na sehemu ya haja kubwa mwilini mwetu. Ijapokuwa ni ndogo, ina jukumu kubwa sana katika mwili. Itakuwaje ikiwa itakosa nguvu za kujizuia? Kinyesi hakitaweza kudhibitiwa, na sote tungekuwa wachafu na tusiopendeza.

Katika njia hiyo hiyo, tukipoteza kiasi, kila kitu kitakuwa kibaya. Watu huishi katika uwongo kwa sababu hawawezi kujidhiti wenyewe kiroho. Kwa sababu hiyo, wanakumbana na majaribu na hawawezi kupendwa na Mungu. Ikiwa hatuwezi kujidhibiti wenyewe kimwili, tutakuwa tunatenda jambo liliso la haki na vitu visivyo halali kwa sababu tutakula na kunywa jinsi tupendavyo na kuyafanya maisha yetu kuwa bila mpangilio.

Yohana Mbatizaji

Mfano mzuri wa kiasi miongoni mwa watu wa Biblia ni Yohana Mbatizaji.

Yohana Mbatizaji alijua wazi wazi kwa nini alikuja hapa duniani. Alijua kwamba alipaswa kumtayarishia Yesu njia. Yesu ndiye Nuru ya kweli. Kwa hiyo, kabla atimize hii kazi, aliishi maisha ya kujitenga kabisa na ulimwengu huu. Alijihami kwa maombi na Neno peke yake wakati alipokuwa jangwani. Alikuwa nzige na asali ya mwituni. Maisha yake yalikuwa ya kujitenga na yenye udhibiti mkali. Kupitia kwa aina hii ya miasha, alikuwa tayari kumtengenezea njia Bwana, na akaitimiza kabisa.

Katika Mathayo 11:11, Yesu alisema hivi kumhusu, "Lakini, nawaambieni, Hajatokea mtu katika wazawa wa wanawake aliye mkuu kuliko Yohana Mbatizaji!"

Mtu akisema moyoni, 'Sasa, nitaenda mbali milimani au mahali pa kujitenga na niishi maisha yenye kiasili!' hii inathibitisha kwamba hana kiasi na anafasiri Neno la Mungu katika njia yake mwenyewe na anafikiria kupitia kiasi.

Ni muhimu kudhibiti moyo wako katika Roho Mtakatifu. Ikiwa hujafikia kiwango cha roho, lazima udhibiti tama zako za mwili na utafuata mapenzi ya Roho Mtakatifu. Pia, hata baada ya kukamilisha roho, lazima udhibiti nguvu na uzito wa kila moyo wa kiroho ili uweze kuwa na amani. Kiasi cha namna hii kunaonyeshwa na mwangaza wa krisopraso.

11. Hiakintho: Usafi na Utakatifu

Hiakintho, msingi wa kumi na moja wa kuta za Yerusalemu Mpya, ni jiwe la thamani angavu, lenye rangi ya samawati na kiroho linawakilisha usafi na utakatifu.

"Usafi" hapa inarejea hali ya kutokuwa na dhambi na kuwa msafi bila mawaa au makosa yoyote. Mtu akioga mara kadhaa kwa siku, akichanua nywele zako na kuvaa nadhifu, watu watasema yeye ni msafi na nadhifu. Je, Mungu pia atasema mtu huyo ni msafi? Ni nani basi mwenye moyo safi na tunawezaje kukamilisha kuwa na moyo safi?

Moyo safi machoni mwa Mungu

Mafarisayo na waandishi walinawa mikono yao kabla hawajala chakula, kufuatana na itikadi za wazee. Na wanafunzi wa Yesu walipokosa kufanya hivyo, walimwuliza Yesu swali ili wamshitaki. Mathayo 15:2 says, "Mbona wanafunzi wako huyavunja mapokeo ya wazee, kwa maana hawanawi mikono walapo chakula."

Yesu aliwafundisha usafi haswa ni nini. Katika Mathayo 15:19-20 He said, "Kwa maana moyoni hutoka mawazo mabaya, uuaji, uzinzi, uasherati; wizi, ushuhuda wa uongo, na matukano; hayo ndiyo yamtiayo mtu unajisi; lakini kula kabla hajanawa mikono hakumtii mtu unajisi."

Usafi machoni mwa Mungu ni kuwa bila dhambi moyoni. Usafi ni wakati tunapokuwa na moyo ulio safi bila kuwa na lawama, doa, au kasoro. Tunaweza kunawa mikono na miili yetu kwa maji, lakini tunaweza kuitakasa mioyo yetu?

Pia tunaweza kuiosha kwa maji. Tunaweza kuitakasa kwa kuiosha kwa maji ya kiroho ambayo ni Neno la Mungu. Waebrania 10:22 says, "na tukaribie wenye moyo wa kweli, kwa utimilifu wa imani, hali tumenyunyiziwa mioyo tuache dhamiri mbaya, tumeoshwa miili kwa maji safi." Tunaweza kuwa na mioyo safi na ya kweli kufikia kiwango cha kutenda kulingana na Neno la Mungu.

Tukifuata kile Biblia inasema kwamba tutupe mbali mambo fulani na tusitende mambo fulani, uwongo na uovu utaoshwa kutoka mioyoni mwetu. Na tunapotii kila tunachoamrishwa na Biblia, tunaweza kuepuka kutiwa tena mawaa na dhambi na uovu wa dunia kwa kupewa maji safi wakati wote. Kwa njia hii mioyo yetu inaweza kubaki safi.

Mathayo 5:8 insema, "Heri wenye moyo safi, maana hao watamuona Mungu." Mungu ametuambia kuhusu baraka watakazopokea wale wenye mioyo safi. Ni kwamba watamuona Mungu. Wale walio safi moyoni watamuona Mungu uso kwa uso katika ufalme wa mbinguni. Wanaweza angalau kuingia katika

Ufalme wa Tatu wa mbinguni au kuingia katika Yerusalemu Mpya.

Lakini maana haswa ya 'kumtafuta Mungu' si kumtafuta Mungu tu. Inamaanisha tunakutana na Mungu wakati wote na kupokea msaada kutoka kwake. Inamaanisha tunaishi maisha ambayo tunatembea na Mungu, hata hapa duniani.

Henoko aliyetimiza hali ya kuwa na moyo safi

Sura ya tano ya kitabu cha Mwanzo inamwonyesha Henoko aliyekuwa na moyo safi na aliyetembea na Mungu hapa duniani. Katika Mwanzo 5:21-24, tunasoma kwamba Henoko alitembea na Mungu kwa muda wa miaka mia tatu tangu wakati alipomzaa Methusela akiwa na umri wa miaka 65. Kisha kama ilivyonakiliwa katika kifungu 24, "Henoko akaenda pamoja na Mungu, naye akatoweka, maana Mungu alimtwaa," alichukuliwa akaenda mbinguni akiwa hai.

Waebrani 11:5 inatuambia sababu ya yeye kupaa kwenda mbinguni bila kuonja mauti, inasema, "Kwa imani Henoko alihamishwa, asije akaona mauti, wala hakuonekana, kwa sababu Mungu alimhamisha; maana kabla ya kuhamishwa alikuwa ameshuhudiwa kwamba amempendeza Mungu."

Henoko alimpendeza Mungu kwa kuimarisha hali ya kuwa na moyo safi bila kuwa na dhambi yoyote, hata kufikia kiwango cha kutoonja mauti. Na hatimaye alinyakuliwa akaenda mbinguni akiwa hai. Alikwua na umri wa miaka 365 wakati huo, lakini siku hizo watu walikuwa wakiishi zaidi ya miaka 900. Kulingana na hali za leo, Mungu alimchukua Henoko wakati alipokuwa amefikisha umri wa kijana mwenye nguvu.

Hii ilikuwa ni kwa sababu Henoko alikuwa anapendeza sana machoni mwa Mungu. Badala ya kumwacha duniani, Mungu alitaka kumweka Henoko karibu naye katika ufalme wa mbinguni. Tunaweza kuona wazi jinsi Mungu anavyowapenda na kuwafurahia wale walio na mioyo safi.

Lakini hata Henoko hakutaswa kwa muda mfupi. Pia alipitia aina mbali mbali za mateso hadi akafikia umri wa miaka 65. Katika Mwanzo 5:19, tunaona kwamba Yared, babake Henoko, alizaa kwa muda wa miaka 800 kufuatana na kuzaliwa kwa Henoko, kwa hiyo tunaweza kuelewa kwamba Henoko alikuwa na ndugu wengu wa kike na wa kiume.

Mungu ameniwezesha kujua kupitia kwa maombi ya kina kwamba Henoko hakuwa na shida zozote na ndugu zake wa kiume au wa kike. Hakupenda kuwa na vingi kuwashinda ndugu zake; wakati wote aliwaweka mbele. Hakupenda kutambuliwa kushinda ndugu zake, na alitenda mema kadri alivyoweza. Hata wakati ndugu zake wengine walipendwa kuliko yeye, hakuhisi vibaya kwa njia yoyote, kumaanisha hakuwa na wivu wowote.

Pia Henoko wakati wote alikuwa mtiiifu. Hakusikiza tu Neno la Mungu, lakini pia neno la wazazi wake. Hasisitiza mawazo yake mwenyewe. Hakuwa na matamanio ya kibinafsi na hakuchukulia mambo kibinafsi. Aliishi kwa amani na kila mtu.

Henoko aliimarisha moyo safi ndani yake ambao kwa huo angeweza kumuona Mungu. Wakati Henoko alipofikisha umri wa miaka 65, alifikia kiwango cha kumpendeza Mungu, na sasa aliweza kutembea na Mungu.

Lakini ipo sababu muhimu zaidi iliyomfanya kutembea na Mungu. Hii ni kwa sababu alimpenda Mungu na akafurahia sana kuwasiliana naye. Ukweli ni kwamba hakuangalia mambo ya dunia hii badala yake alimpenda Mungu kushinda kitu chochote hapa duniani.

Henoko aliwapenda wazazi wake na aliwatii, na kukawa na amani kati yake na ndugu zake wote, na bado alimpenda Mungu zaidi. Alifurahia kuwa peke yake na kumsifu Mungu zaidi ya kukaa na familia yake. Alipoangalia anga na mali asili, alimkumbuka Mungu, na alifurahia ushirika aliokuwa nao na Mungu.

Ilikuwa hivyo hata kabla Mungu aanze kutembea naye, na kuanzia wakati ule Mungu alipoanza kutembea naye, ushirika ulizidi zaidi. Kama ilivyonakiliwa katika Mithali 8:17 inayosema, "Nawapenda wale wanipendao; na wale wanitafutao kwa bidii wataniona," Henoko alimpenda Mungu na akamkumbuka sana na Mungu pia alitembea naye.

Kadri tunavyompenda Mungu zaidi, ndivyo mioyo yetu itakavyokuwa safi, na kadri mioyo inavyokuwa safi, ndiyo tutakavyompenda Mungu zaidi na kumtafuta. Ni rahisi kuchangamana na kuongea na watu walio wasafi wa moyo. Wanakubali kila kitu kwa usafi na wanawaamini wengine.

Nani angehisi vibaya na kukunja uso akiona tabasamu angavu la watoto wachanga? Watu wengi wangehisi vizuri na pia kutabasamu wakiona watoto hao. Ni kwa sababu usafi wa watoto unapitishwa hadi kwa watu, na kuwaburudisha mioyo yao pia.

Mungu Baba huhisi vivyo hivyo anapomuona mtu akiwa na moyo safi. Kwa hiyo, anapenda kumuona mtu wa aina hii zaidi na angependa kukaa naye.

12. Amethisto: Uzuri na Upole

Msingi wa kumi na mbili na wa mwisho wa kuta za Yerusalemu Mpya ni amethisto. Amethisto ina rangi ya urujuani isiyokolea na ni angavu. Amethisto ina rangi nzuri ya kupendeza kiasi kwamba imependwa na watu wakubwa tangu zamani.

Mungu anauona moyo wa kiroho unaowakilishwa na amethisto kuwa mzuri sana. Moyo wa kiroho unaowakilishwa na amethisto ni upole. Upole huu unapatikana katika Sura ya Upendo, katika the Hotuba ya Mlimani, na hata katika yale matunda tisa ya Roho Mtakatifu. Ni tunda ambalo linatokana na mtu anayezaa roho kupitia kwa Roho Mtakatifu na anaishi kwa Neno la Mungu.

Moyo wa upole unaoonekana kuwa mzuri mbele za Mungu

Kamusi inafasili upole kama sifa za ukarimu, utulivu, na unyenyekevu; [na] kuweza kuleta amani. Lakini upole unaoonekana na Mungu kuwa mzuri si wa sifa hizo tu.

Wale walio na tabia za upole katika mwili huhisi

kutopendezwa na wale ambao si wapole. Wanapomuona mtu ambaye ni mcheshi au mtu ambaye ana msimo mkali, wanaanza kuwa waangalifu zaidi, na wanaweza kuona vigumu kuchangamana na mtu kama huyo. Lakini mtu ambaye ni mpole kiroho anaweza kumkubali mtu wa aina yoyote na mwenye tabia zozote. Hii ni moja ya tofauti kati ya upole wa kimwili na upole wa kiroho.

Sasa basi, upole wa kiroho ni gani, na kwa nini Mungu anauona kuwa mzuri?

Kuwa mpole kiroho ni kuwa na utulivu na ukarimu na moyo mkunjuju wa kumkubali kila mtu. Ni mtu aliye na moyo unaopendeza na laini kama pamba ili watu wengi wapate pumziko kwake. Pia, ni mtu anayeweza kuelewa kila kitu katika wema na kukumbatia na kukubali kila kitu kwa upendo.

Na kuna kitu kimoja ambacho hakiwezi kukosekana katika upole wa kiroho. Ni ile tabia ya maadili inayohusiana na kuwa na moyo mkunjufu. Tukiwa na mioyo michangamfu na laini ndani yetu pekee, haina maana yoyote. Wakati hadi wakati, inapolazimu, sharti tuweze kuwahimiza na kuwashauri wengine, tukionyesha matendo ya wema na upendo. Kuonyesha sifa za kimaadili ni kuwatia nguvu wengine, kuwafanya wahisi uchangamfu, na kuwawezesha kupata pumziko mioyoni mwetu.

Mtu mpole wa kiroho

Wale walio na upole wa kiroho wa kweli hawana ubaguzi wowote juu ya mtu yeyote. Kwa hiyo, hawana shida yoyote na hawana uhusiano mbaya na yeyote. Yule mtu mwingine pia anahisi moyo huu mchangamfu, ili aweze kupumzika na kupata amani ya akili huku akihisi kwamba amekumbatiwa vizuri sana. Wema huu wa kiroho ni kama mti mkubwa unaotoa kivuli kikubwa chenye baridi nzuri wakati wa joto kali.

Ikiwa mume ataikubali na kuikumbatia familia yake kwa moyo mkunjufu, mkewe atamheshimu na kumpenda. Ikiwa yule mke pia ana moyo laini kama pamba, anaweza kuleta faraja na amani kwa mumewe, ili waweze kuwa wanandoa wenye furaha. Pia, wale watoto waliolelewa katika familia kama hiyo hawataenda kombo hata wakikumbana na mambo magumu. Kwa sababu wanaweza kutiwa nguvu katika hali ya amani ya familia, wanaweza kushinda magumu yote na kukua kwa unyoofu na katika afaya nzuri.

Vivyo hivyo, kupitia kwa wale walioimarisha upole wa kiroho, watu walio karibu nao wanaweza pia kupata pumziko na kuhisi furaha. Ndipo, Mungu Baba pia atasema hao walio wapole kiroho wanapendeza sana.

Katika ulimwengu huu watu hutumia njia mbalimbali kupata moyo wa wengine. Wanaweza kuwapata watu vitu au kutumia umaarufu wao katika jamii au mamlaka yao. Lakini kwa njia hizo za kimwili, hatuwezi kuipata mioyo ya wengine. Wanaweza kutusaidia kwa muda tu kwa sababu ya matendo yao, lakini kwa kuwa hawanyenyekei kutoka mioyoni mwao, watabadili nia yao wakati hali zitakapobadilika.

Lakini watu kwa kawaida watamkaribia mtu aliye na upole wa kiroho. Watajinyenyekeza kutoka mioyoni mwao na kutamani kuendelea kukaa ndani yake. Hii ni kwa sababu, kupitia kwa mtu mwenye upole wa kiroho, wanaweza kutiwa nguvu na kuhisi faraja ambayo hawengeweza kuihisi ulimwenguni. Kwa hiyo, watu wengi watakaa na mtu aliye na upole wa kiroho, na haya ndio yatakuwa mamlaka ya kiroho.

Mathayo 5:5 inazungumzia baraka hii ya kupata nafsi nyingi ikisema kwamba watairithi nchi. Inamaanisha wataipata mioyo ya wanadamu waliumbwa kutokana na nchi. Matokeo yake ni kwamba, watapokea sehemu kubwa ya ardhi katika ufalme wa milele wa mbinguni. Kwa sababu wamekumbatia na kuziongoza nafsi nyingi kwenye kweli, watapokea thawabu nyingi.

Ndiposa Mungu alisema hivi kuhusu Musa katika Hesabu 12:3, "Basi huyo mtu, huyo Musa, alikuwa mpole sana zaidi ya wanadamu wote waliokuwa juu ya uso wa nchi." Musa aliongoza ile Kutoka. Aliwaongoza zaidi ya watu milioni 2, na akawaongoza kwa zaidi ya miaka 40 jangwani. Kama vile wazazi huwalea watoto wao, aliwakumbatia katika moyo wake na kuwaongoza kulingana na mapenzi ya Mungu.

Hata wakati watoto wao wakitenda dhambi mbaya sana, wazazi hawatawaacha. Katika njia hii, Musa aliwapokea hata wale watu ambao walipaswa kuachwa kulingana na Sheria, na akawaongoza hadi mwisho huku akimwomba Mungu awasamehe.

Hata ukiwa na kazi ndogo kanisani, utaelewa jinsi upole huu

ulivyo mwema. Si tu kazi za kutunza nafsi, lakini aina yoyote ya kazi, ukiitenda kwa upole, hutakuwa na shida. Hakuna watu wawili walio na moyo mmoja na mawazo mamoja. Kila mtu amalelewa katika hali tofauti na ana tabia tofauti. Mawazo yao na maoni yao huenda hayatakubaliana.

Lakini yule aliye mpole anaweza kuwakubali wengine kwa moyo mkunjufu. Upole wa kuweza kujinyenyekeza na kuwakubali wengine ni jambo zuri sana katika hali ambayo kila mtu anajiona kuwa hana makosa.

Tumejifunza juu ya mioyo yote ya kiroho inayowakilishwa na kila moya ya mawe ya misingi kumi na miwili ya ukuta wa Yerusalemu Mpya. Ni mioyo ya imani, unyoofu, sadaka, haki, uaminifu, ari, rehema, saburi, wema, kiasi, usafi, na upole. Tunapoziweka pamoja hizi sifa hizi, unakuwa moyo wa Yesu Kristo na Mungu Baba. Katika kirai kimoja ni 'upendo mkamilifu.'

Wale waliojijenga katika upendo huu mkamilifu kwa mchanganyiko mzuri na wenye uwiano wa kila sifa za vile vito kumi na viwili, ndiyo wanaweza kuingia kwa ujasiri katika Mji wa Yerusalemu Mpya. Pia, nyumba zao katika Yerusalemu Mpya zitapambwa kwa vile vito kumi na viwili tofauti.

Kwa hiyo, sehemu ya ndani ya Mji wa Yerusalemu Mpya ni nzuri sana kiasi cha kutoweza kuelezeka. Nyumba, na majengo, na sehemu kama vile bustani vimepabmwa katika njia inayopendeza sana.

Lakini kile anachoona Mungu kuwa kizuri zaidi ni wale watu

wanaingia katika Mji. Watatoa taa zing'aazo sana kushinda taa zitokazo kwenye vito kumi na viwili. Pia watatoa manukato ya upendo kwa Baba kutoka vilindi vya mioyo yao. Kupitia hili, Mungu Baba atafarijiwa kwa mambo yote ambayo atakuwa ameyafanya wakati huo.

Sura ya 6

Malango Kumi na Mawili Ya Lulu na Barabara ya Dhahabu

1. Malango Kumi na Mawili Yaliyotengenezwa kwa Lulu

2. Barabara Zilizotengenezwa kwa Dhahabu Safi

*"Na ile milango kumi na miwili ni lulu
kumi na mbili; kila mlango ni lulu moja.
Na njia ya mji ni dhahabu safi
kama kioo kiangavu."*

- Ufunuo 21:21 -

Mji wa Yerusalemu Mpya una malango kumi na mawili, matatu kaskazini, matatu kusini, matatu mashariki na matatu upande wa magharibi wa kuta. Malaika mkubwa hulinda kila lango, na mandhari yanaonyesha fahari na mamlaka ya Mji wa Yerusalemu Mpya kwa kuangalia tu. Kila lango lina umbo la upinde, na kubwa sana kiasi kwamba inatulazimu kuangalia juu mbali sana. Kila lango limetengenezwa kwa kito kimoja kikubwa sana. Linafunguka kwa kuteleza pande zote na lina kishikio au mkono wa dhahabu na mawe mengine ya thamani. Lango hufunguka lenyewe bila mtu kulingua kwa mkono.

Mungu ametengeneza malango kumi na mawili yenye vito vya kupendeza na barabara za dhababu safi kwa ajili ya watoto wake wapendwa. Je, yale majengo yatakuwa mzuri na ya kupendeza kiasi gani katika Mji huo?

Kabla hatujaangazia majengo na mandhari katika the Mji wa Yerusalemu Mpya, kwanza natuangalie sababu zilizomfanya Mungu kutengeneza malango ya Yerusalemu Mpya kwa vito, na aina za barabara zilizoko mbali na barabara za dhahabu.

1. Malango Kumi na Mawili Yaliyotengenezwa kwa Lulu

Ufunuo 21:21 inasema, "Na ile milango kumi na miwili ni lulu kumi na mbili; kila mlango ni lulu moja. Na njia ya mji ni dhahabu safi kama kioo kiangavu." Kwa nini basi, malango kumi na mawili yametengenezwa kwa lulu huku kukiwa na mawe mengine ya thamani katika katika Yerusalemu Mpya? Wengine huenda wakasema kwamba ingekuwa bora kupamba kila lango na aina mbalimbali ya vito kwa kuwa kuna malango kumi na mawili, lakini Mungu amapembamba malango yote kumi na mawili kwa lulu.

Hii ni kwa sababu kuna upaji wa Mungu na umuhimu wa kiroho ulioko katika usanifu majengo huu. Tofauti na vito vingine, lulu zina thamani tofauti na zinaonekana kuwa na thamani zaidi kwa sababu huzalishwa baada ya mchakato mrefu.

Kwa nini malango kumi na mawili ni ya lulu?

Je, lulu huzalishwa namna gani? Lulu ni moja ya vito vinavyotokana na vitu asilia kutoka baharini, vingine vikiwa ni mawe. Lulu imependwa sana na watu wengi sana kwa kuwa inatoa mng'ao mzuri kabla kupigwa msasa.

Lulu huundwa ndani ya ngozi ya ndani ya kombe la chaza. Ni donge linalong'aa sana lililo na kiasi kikubwa cha kalisi kaboni, katika umbo la yai au nusu yai. Wakati vitu vigeni vinapoingia katika nyama laini ya kombe, lile kombe huhisi maumivu makali sana kana kwamba linadungwa sindano. Kisha lile kombe hupigana na vile vitu vigeni na kuvumilia kiwango kikubwa cha uchungu. Lulu huzalishwa wakati yale maji yanayotolewa na lile kombe yanapofunika kile kitu kigeni tena na tena.

Kuna aina mbili za lulu: lulu asilia na lulu za kutengenezwa. Watu wametambua kanuni zilizoko katika uzalishaji wa lulu. Wanatoa Wanatengeneza makombe mengi na kuingiza vitu vya kutengenezwa katika hayo makombe ili mwishowe yazalishe lulu. Lulu hizi huonekana za kiasilia lakini huuzwa kwa bei nafuu kwa sababu zina sehemu laini.

Kama vile kombe hutengeneza lulu nzuri kwa kuvumilia uchungu mkali kutoka kwenye vitu vya kigeni, kuna mchakato wa uvumilivu kwa watoto wa Mungu wanaojitahidi kurudhisha mfano wa Mungu uliopotea. Wanaweza kuibuka wakiwa na imani iliyo kama dhahabu safi ambayo kwayo wanaweza kuingia Yerusalemu Mpya baada tu ya kuvumilia mambo magumu na huzuni wakati walipoishi hapa duniani.

Tukitaka kupata ushindi katika vita vya imani na tupitie malango ya Mji wa Yerusalemu Mpya, lazima tutengeze lulu katika mioyo yetu. Kama vile lulu chaza inavyovumilia uchungu na kutoa maji ya kutengeneza lulu, watoto wa Mungu pia sharti wavumilie uchungu hadi wapate tena kuwa mfano wa Mungu kikamilifu.

Kama vile dhambi ilivyoingia duniani na watu wakatiwa mawaa kwa dhambi zaidi na zaidi, walipoteza mfano wa Mungu. Katika moyo wa wanadamu kulipandwa uovu na uwongo, na mioyo yao ikawa najisi, na kutoa harufu mbaya. Mungu Baba alionyesha upendo wake mkuu hata kwa watu hawa waliokuwa wakiishi na mioyo ya dhambi katika ulimwengu wa dhambi.

Yeyote anayemwamini Yesu Kristo atasafishwa dhambi zake kupitia kwa damu yake. Lakini aina ya watoto wa Mungu wa kweli anaowataka Mungu ni wale watoto waliokua kikamilifu na kukomaa. Anapenda wale ambao hawatajichafua tena baada kuoshwa. Kiroho, inamaanisha hawatendi dhambi tena, lakini wanampendeza Mungu kwa imani kamilifu.

Na kuwa na aina hii ya imani ya kweli, sharti kwanza tuwe na mioyo ya kweli. Tunaweza kuwa na moyo wa kweli tunapoondoa dhambi zote na uovu mioyoni mwetu na mahali pake kuijaza wema na upendo. Kadri tulivyo na wema na upendo zaidi, ndivyo tutakavyokuwa tumerudisha mfano wa Mungu.

Mungu Baba anaruhusu majaribu yanayosafisha yawapate watoto wake ili waweze waweze kuwa na wema na upendo. Huwawezesha kuchunguza dhambi na uovu katika mioyo yao katika hali mbalimbali. Tunapoziona dhambi na uovu wetu, tutahisi uchungu mioyoni mwetu. Ni kama vile kitu cha kigeni kinapoingia ndani ya chaza na kuchoma ndani ya nyama laini. Lakini lazima tukubali kwamba tuna uchungu wakati tunapoitia majaribu kwa sababu ya dhambi na uovu katika mioyo yetu.

Tukikubali ukweli huu, tunaweza sasa kutengeneza lulu ya kiroho mioyoni mwetu. Tutaomba kwa bidii kuzitupilia mbali dhambi na uovu tuliogundua. Kisha, neema na nguvu za Mungu zitakuwa juu yetu. Pia, Roho Mtakatifu atatusaidia. Na matokeo yake, dhambi na uovu tuliogundua utaondolewa na badala yake tutakuwa na moyo wa kiroho.

Lulu zina thamani sana wakati mchakato wake wa kuzizalisha unapozingatiwa. Kama vile makombe yanavyopaswa kuhisi uchungu ili kuzalisha lulu, lazima tuweze kushinda na kuvumilia mateso makali ili tuingie Yerusalemu Mpya. Tunaweza kuingia kupitia malango haya tunapopata ushindi kwenye vita vya imani. Malango haya yametengenezwa ili kuwakilisha ukweli huu.

Waebrania 12:4 inatuambia, "Hamjafanya vita hata kumwagika damu, mkishindana na dhambi." Na nusu ya pili ya Ufunuo 2:10 pia inatuhimiza "Uwe mwaminifu hata kufa, nami nitakupa taji la uzima."

Kama Biblia inavyotuambia, tunaweza kuingia Yerusalemu Mpya, mahali pazuri zaidi mbinguni, wakati tu tutakapoipinga dhambi, kutupilia aina zote za uovu, na kuwa waaminifu hadi kufa, na kutimiza kazi zetu zote.

Kushinda majaribu ya imani

Lazima tuwe na imani kama dhahabu safi ili tuweze kupita malango kumi na mawili ya Yerusalemu Mpya. Aina hii ya imani haipewi mtu hivi hivi; ni wakati tunapopitia majaribu ya imani na kuyashinda ndipo tutakapopewa thawabu kama hiyo kama vile kombe linavyovunilia uchungu mwingi mpaka izalishe lulu. Hata, hivyo si rahisi kushinda kwa imani kwa sababu kuna adui mwovu na Shetani ambaye hujaribu kutuzuia kwa vyovyote tusiwe na imani. Isitoshe, ikiwa hatutasimama kwenye mwamba wa imani, huenda tukahisi kwamba njia ya mbinguni ni ngumu na ya kuumiza kwa sababu sharti tupapambane na vita vikali dhidi ya adui sawa na vile tulivyo na uwongo mioyoni mwetu.

Hata hivyo, tunaweza kushinda kwa sababu Mungu anatupa neema na nguvu zake, na Roho Mtakatifu hutusaidia na kutuongoza. Tukisimama kwenye mwamba wa imani baada ya kufuata hatua hizi, tutaweza kushinda magumu yote na kufurahi badala ya kuteseka.

Watawa wa Buddha huitesa miili yao na kuifanya "mtumwa" kupitia kwa kutafakari ili kuondoa hali zote za kidunia. Baadhi yao hujinyima raha na anasa kwa miaka mingi, na wanapokufa, kitu chenye mfano wa lulu kutoka kwenye mabaki yao hupatikana. Hii hutengenezwa baada ya miaka mingi ya kuvumilia na kiasi, kama vile lulu zinavyotengenezwa kutokana na makombe ya chaza.

Sasa itatubidi tuvumilie kiasi gani na kujidhibiti kutokana na uchungu ikiwa tutaachana na anasa za ulimwengu na kudhibiti tama za mwili kwa nguvu zetu pekee? Hata hivyo, wana wa Mungu wanaweza kuachana na anasa ya ulimwengu haraka kwa neema na nguvu za Mungu katikati ya kazi za Roho Mtakatifu. Pia, tunaweza kushinda kila aina ya mambo magumu kwa msaada wa Mungu, na tunaweza kupiga mbio za kiroho kwa sababu mbingu imeandaliwa sisi.

Kwa hiyo, watoto wa Mungu walio na imani hawana haja ya kuvumilia majaribu yao kwa uchungu, lakini wanapaswa kushinda kwa furaha na shukrani, huku wakitarajia baraka ambazo punde si punde watazipokea.

Malango kumi na mawili ya lulu ni ya wale washindi katika imani

Malango kumi na mawili ya lulu hutumika kama milango ya kuingilia wale washindi katika imani, kama vile makamanda walioshinda vita wanavyorudi nyumbani baada ya kushinda vita kupitia kwa sanamu ya kumbukumbu ya ushindi wao.

Katika siku za kale, ili kuwakaribisha na kuwaheshimu askari na makamanda wao wanatoka baada ya kushinda vita, watu walijenda aina mbalimbali za sanamu za kumbukumbu na sanamu hizo kupewa majina kulingana na kila shujaa. Yule jenerali angeheshimiwa na kupitia mlango wa ushindi au lango, huku akikaribishwa na halaiki kubwa ya watu, wakiwa juu ya magari yaliyotumwa na mfalme.

Wanapofika katika ukumbi wa karamu huku watu wakiimba nyimbo za ushindi, wale mawaziri waliokuwa wamekaa na mfalme na malkia huwakaribisha. Kisha kamanada hushuka kutoka kwenye gari na kumwinamia mfalme, na mfalme angemwinua na kumpongeza kwa kazi yake nzuri. Kisha wanakula, kunywa, na kushiriki furaha ya ushindi. Yule kamanda anaweza kutuzwa kwa kupewa mamlaka, utajiri, na heshima kama zile za mfalme.

Ikiwa mamlaka ya kamanda na ya jeshi ni makuu jinsi hii, si ni zaidi kwa wale watakaopitia malango kumi na mawili ya Yerusalemu Mpya? Watapendwa na kufarijiwa na Mungu Baba na kukaa huko milele katika utukufu ambao hauwezi kulinganishwa na ule kamanda au askari wowote wanaopitia mlango wowote wa ushindi. Wanapopitia malango kumi na mawili yaliyotengenezwa kwa lulu peke yake, wanakumbushwa juu ya safari yao ya imani ambayo waling'ang'ana na kujaribu wawezavyo, na kumwaga machozi kutoka katika vilindi vya mioyo yao kwa shukrani.

Fahari ya malango kumi na mawili ya lulu

Huko mbinguni, watu hawasahau chochote hata baada ya muda mrefu kwa sababu mbinguni ni sehemu ya ulimwengu wa kiroho. Badala yake, wakati mwingine wanakumbuka mambo yaliyopita na kuyafurahia.

Ndiposa wale wanaoingia Yerusalemu Mpya hushangaa wanapotazama malango kumi na mawili ya lulu, hujisemea, 'I nimeshinda majaribu mengi na hatimaye nimeingia katika Yerusalemu Mpya!' Wanafurahi kila wanapokumbuka kwamba waling'ang'ana na hatimaye wakamshinda mwovu na ulimwengu, na wakatupilia mbali uwongo wote ndani yao. Wanamshukuru Mungu Baba tena, wakikumbuka upendo wake uliowaongoza katika kuushinda ulimwengu. Pia huwashukuru wale walio wasaidia hadi wakafikia mahali pale.

Katika ulimwengu huu, kiwango cha shukrani wakati mwingine huchakaa kabisa au hutindika kadri muda unavyokwenda, lakini kwa kuwa hakuna uwongo huko mbinguni, shukrani za watu, furaha, na upendo hukua zaidi na zaidi kadri muda unavyopita. Hivyo, kila wakati wakaazi wa Yerusalem wanapoangalia malango ya lulu, wanashukuru kwa upendo wa Mungu na wale waliowasaidia kufika huko.

2. Barabara zilizotengenezwa kwa Dhahabu Safi

Kadri watu wanavyokumbuka maisha yao hapa duniani na kupita kwenye malango yenye umbo la nusu mwezi, hatimaye huingia katika Yerusalemu Mpya. Mji umejaa mwangaza wa utukufu wa Mungu, sifa za mbali na za amani za malaika, na harufu nzuri za maua. Wanapopiga hatua na kutembea katika Mji huo, wanahisi furaha na bubujiko la ajabu.

Kuta zilizopambwa kwa vito kumi na viwili na malango mazuri ya lulu nzuri tayari vimejadiliwa. Sasa basi zile barabara za Yerusalemu Mpya zimetengenezwa kwa nini? Kama Ufunuo 21:21 inavyotuambia, "Na njia ya mji ni dhahabu safi kama kioo kiangavu." Mungu alizitengeneza barabara za Yerusalemu Mpya kwa dhahabu safi kwa ajili ya watoto wake wanaoingia katika Mji huo.

Yesu Kristo: Ndiye Njia

Katika ulimwengu huu, kuna aina nyingi za barabara, kuanzia vichochoro vitulivu hadi barabara za reli, kuanzia barabara nyembamba hadi barabara kuu. Watu hutumia njia tofauti kulingana na kule wanakokwenda na hitaji lao. Hata hivyo, ili uweze kuingia mbinguni, kuna njia moja pekee: Yesu Kristo.

Mimi ndimi njia, na kweli, na uzima; mtu haji kwa Baba, ila kwa njia ya mimi. (Yohana 14:6).

Yesu, ambaye ndiye mwana pekee wa Mungu, alifungua mlango wa wokovu kwa kusulubishwa kwa niaba ya wanadamu wote, waliopaswa kufa milele kwa sababu ya dhambi zao, na akafufuka siku ya tatu. Tunapomwamini Yesu Kristo, tunahitimu kupokea uzima wa milele. Kwa hiyo, Yesu Kristo ndiye njia pekee ya mbinguni, ya wokovu na uzima wa milele. Zaidi ya hayo, kumpokea Yesu Kristo ndiyo njia ya kupokea uzima wa milele na kufanana na asili yake.

Barabara za dhahabu

Kila upande wa Mto wa Maji ya uzima kuna barabara zinazomwezesha mtu kukiona kiti cha enzi cha Mungu kwa urahisi katika mbingu isiyo na mwisho. Mto wa Maji ya Uzima ambao chanzo chake ni kiti cha enzi cha Mungu na Mwanakondoo, hutiririka kupitia Yerusalemu Mpya na makao mengine yote mbinguni, na kisha hurudi kwenye kiti cha enzi cha Mungu.

ThenKisha akanionesha mto wa maji ya uzima, wenye kung'aa kama bilauri, ukitoka katika kiti cha enzi cha Mungu, na cha Mwana-kondoo, 2 katikati ya njia yake kuu. Na upande huu na huu kando ya ule mto, ulikuwapo mti wa uzima, uzaao matunda, aina kumi na mbili, wenye kutoa matunda yake kila mwezi; na majani ya mti huo ni ya kuwaponya mataifa. (Ufunuo 22:1-2).

Kiroho, "maji" yanawakilisha Neno la Mungu, na kwa sababu tunapokea uzima kupitia Neno lake na kuifuata njia ya uzima wa milele kupitia Yesu Kristo, Maji ya Uzima hutiririka kutoka kiti cha enzi cha Mungu na cha Mwanakondoo.

Zaidi ya hayo, kwa kuwa Mto wa Maji ya Uzima yamezunguka mbinguni, tunaweza kufika Yerusalemu Mpya kwa urahisi kwa kuzifuata zile barabara za dhahabu kila upande wa Mto.

Umuhimu wa barabara za dhahabu

Barabara za dhahabu hazijajengwa tu katika Yerusalemu Mpya, bali pia zimejengwa kila mahali mbinguni. Hata hivyo, kama vile mwangaza, vifaa, na uzuri ni tofauti katika kila makao, vivyo hivyo mng'ao wa barabara za dhahabu ni tofauti katika kila makao.

Dhahabu safi huko mbinguni, tofauti na dhahabu ya dunia hii, si laini bali ni ngumu. Lakini hata hivyo, tukitembea juu ya hizi barabara za dhahabu, tutahisi kwamba ni laini sana. Zaidi ya hayo, huko mbinguni hakuna vumbi au uchafu wowote, na kwa kuwa hakuna kuchakaa huko, barabara za dhahabu haziwezi kuharibika. Kila upande wa barabara kuna chanua maua mazuri na yanasalimia watoto wa Mungu wanaotembelea barabarani.

Sasa basi, kuna umuhimu gani na sababu gani za kuzitengeneza barabara kwa dhahabu safi? Sababu ni kutukumbusha kwamba kadri mioyo yao ilivyo safi, ndivyo wanavyoweza kukaa mahali bora zaidi mbinguni. Isitoshe, kwa kuwa tunaweza kuingia Yerusalemu Mpya tunapokaza mwendo kuelekea Mjini kwa imani na matumaini, Mungu amatengeneza barabara kwa dhahabu safi, ambayo inawakilisha imani ya kiroho na matumaini ya kudumu yatokanayo na imani hii.

Barabara zenye maua

Kama vile kulivyo na tofauti kati ya kutembea kwenye nyasi mbichi zilizokatwa, mawe, barabara nzuri, na kadhalika, vivyo hivyo kuna tofauti kati ya kutembea juu ya barabara za dhahabu na barabara za maua. Pia kuna barabara nyingine zilizotengenezwa na vito, na kuna tofauti katika ile furaha anayohisi mtu wakati anatembea juu yake. Pia tunaweza kuona tofauti kati ya faraja anayopata mtu anapotumia aina mbalimbali za usafiri kama vile ndege, gari moshi, au basi, na ndivyo ilivyo hata mbinguni. Kutembea kwenye barabara hizo sisi wenyewe ni tofauti na kusafirishwa moja kwa moja na nguvu za Mungu.

Barabara za maua mbinguni hazina maua kila upande kwa sababu barabara zenyewe zimetengenezwa kwa maua ili watu watembee juu ya maua. Mtu akitembea juu ya barabara za maua atahisi ulaini kama wa unyoya unaofanana na unavyohisi unapotembea kwenye kitambaa bila viatu. Maua hayaharibiki wala kunyauka kwa sababu miili yetu ni ya kiroho ambayo ni miepesi, na yale maua hayakanyagwi.

Zaidi ya hayo, maua ya mbinguni hufurahi na kutoa harufu zao wakati watoto wa Mungu wanapotembea juu yake. Kwa hiyo wakitembea juu ya barabara za maua, harufu nzuri itavutwa na kuingia miilini mwao ili mioyo yao iweze kuhuishwa, kufurahi na kuburudishwa.

Barabara za vito

Barabara zimetengenezwa kwa vito na aina nyingi ya rangi zilizokolea na zimejaa taa nzuri, na cha kusisimua zaidi, ni kwamba zinang'aa zaidi wakati miili ya kiroho inapotembea juu yake. Hata vile vito pia hutoa harufu nzuri, na furaha na raha itakayohisiwa haina kifani. Pia, tunaweza kuhisi msisimko fulani tunapotembea kwenye barabara za vito kwa sababu tutahisi kana kwamba tunatembea juu ya maji. Hata hivyo, hii haimaanishi tutahisi kana kwamba tunazama ndani ya maji, lakini badala yake tutahisi kusisimka sana katika kila hatua pamoja na ugumu kidogo.

Hata hivyo, tunaweza kuona barabara za vito tu katika sehemu fulani huko mbinguni. Kwa maneno mengine, wanatuzwa ndani na kuzunguka nyumba ya wale wanaofanana na moyo wa Bwana na wamechangia kwa kiasi kikubwa katika kukamilisha upaji wa Mungu katika uimarishaji wa mwanadamu. Ni kama vile sehemu ndogo ya kupitia inavyopambwa kwa mapambo mazuri yaliyotengenezwa kwa vifaa vya hali ya juu katika kasri au ikulu ya mfalme.

Watu hawachoshwi na chochote mbinguni lakini badala yake wanapenda kila kitu milele kwa sababu ni ulimwengu wa kiroho. Pia, wanahisi furaha zaidi na raha kwa sababu hata kitu kidogo kama hicho kina umuhimu wa kiroho, na upendo wa watu na kupenda vitu kwao kunaongezeka ipasavyo.

Yerusalemu Mpya ni nzuri sana na ya ajabu sana! Umeandaliwa na Mungu kwa ajili ya watoto wake wapendwa. Hata wale watu walio Paradiso na katika Ufalme wa Kwanza, wa Pili, na Watatu hufurahia sana na kushukuru wakati wanapopitia malango ya lulu wakiwa na mwaliko wa kwenda Yerusalemu Mpya.

Hebu fikiria jinsi watoto wa Mungu watakavyoshukuru na kufurahi kwa kufika Yerusalemu Mpya kama matokeo ya kumfuata Bwana kwa uaminifu, yeye aliye njia ya kweli.

Funguo tatu za kuingia Mji wa Yerusalemu Mpya

Yerusalemu Mpya ni mji wenye umbo la mchemraba wenye upana wa km 2,400, urefu 2,400, na kimo cha km 2,400. Ukuta wa mji una jumla ya malango kumi na mawili na mawe ya msingi kumi na mawili. Ukuta wa mji, malango kumi na mawili, na mawe kumi na mawili vyo vina maana ya kiroho. Tukielewa maana hizo na kuzitimiza katika mioyo yetu, tunaweza kuhitimu kiroho kuingia Yerusalemu Mpya. Katika maana hii, hizo maana za kiroho ndizo funguo za kuingia Mji wa Yerusalemu Mpya.

Ufunguo wa kwanza wa kuingilia Yerusalemu Mpya umefichwa katika ukuta wa mji. Kama ilivyo nakiliwa katika Ufunuo 21:18, "Na ule ukuta ulikuwa umejengwa kwa yaspi, nao mji ule ulikuwa wa dhahabu safi, kama kioo safi," mji ulitengenezwa kwa yaspi, ambayo kiroho inawakilisha imani ya kumpendeza Mungu. Imani ndicho kitu cha kimsingi zaidi na cha muhimu katika maisha ya Kikristo. Pasipo imani hatuwezi kuokolewa na hatuwezi kumpendeza Mungu. Ili tuweze kuingia Mji wa Yerusalemu Mpya, lazima tuwe na imani ya kunpendeza Mungu—kiwango cha tano cha imani, ambacho ndicho kiwango cha juu zaidi cha imani. Kwa hiyo, ufunguo wa kwanza ni kiwango cha tano cha imani—imani ya kumpendeza Mungu.

Ufunguo wa pili unapatikana mawe kumi na mawili ya msingi. Muungano wa mioyo ya kiroho inayowakilishwa na mawe kumi na miawili ya msingi ni upendo mkamilifu, na upendo huu mkamilifu ndio ufunguo wa pili wa kuingulia Yerusalemu Mpya.

Misingi kumi na miwili imetengenezwa kwa vito kumi na viwili tofauti. Kila kito kwenye misingi kumi na miwili inawakilisha aina maalum ya moyo wa kiroho. Hii ni mioyo ya imani, unyoofu, sadaka, haki, uaminifu, arim rehema, saburi, wema, kiasi, usafi na upole. Tukichanganya pamoja sifa hizi zote, unakuwa moyo wa Yesu Kristo na Mungu Baba ambaye ndiye upendo wenyewe. Katika muhtasari, ufunguo wa pili wa kuingilia Yerusalemu Mpya ni upendo kamilifu.

Ufunguo wa tatu uliofichwa katika Mji wa Yerusalemu Mpya ni lulu kumi na mbili. Kupitia kwa lulu, Mungu anapenda tutambue jinsi tunavyoweza kwenda Yerusalemu Mpya. Lulu imetengenezwa kwa njia tofauti na vito vingine. Dhahabu yote, fedha, na mawe ya thamani ambayo huunda mawe 12 ya msingi, yote hutoka hapa duniani. Lakini lulu imetengenezwa kutokana na vitu vilivyo hai pekee.

Lulu nyingi hutengenezwa na chaza wa lulu. Chaza wa lulu huvumilia uchungu na kutoa lulumizi ambayo hutengeneza lulu. Katika njia hiyo hiyo, watoto wa Mungu pia lazima wavumilie uchungu mpaka wapate tena kuwa na mfano wa Mungu kikamilifu.

Mungu Baba anataka kuwapata wale watoto ambao hawajichafui tena baada ya kuoshwa kwa damu ya Yesu Kristo, badala yake humpendeza Mungu Baba kwa imani kamilifu. Kuwa na imani hii kamilifu kunatupasa tuwe na moyo wa kweli. Tunaweza kuwa na moyo wa kweli tutakapotoa dhambi zote na uovu mioyoni mwetu na kuujaza wema na upendo.

Ndiposa Mungu huruhusu tupatwe na majaribu ya imani hadi tuwe na moyo wa kweli na imani kamilifu. Anaturuhusu kutambua dhambi na uovu mioyoni mwetu katika hali tofauti tofauti. Tunapotambua dhambi na uovu wetu, tutahisi uchungu mioyoni mwetuWhen we fkatikad our skatikas na evil, we will feel the pakati. Ni kama wakati kitu kikali kinapoingia ndani ya chaza na kuichoma ile nyama yake laini. Katika nji hiyo hiyo ambayo chaza anafunika kile kitu kikali kisichotakiwa sehemu hadi sehemu kwa lulumizi na kuongeza unene sehemu kwa sehemu, tunapopitia majaribu kwa imani, ile lulumizi ya mioyo yetu huwa nzito. Kama vile chaza wa lulu anavyotengeneza lulu, sisi waamini pia sharti tutengeneze lulu ya kiroho ili tuingie Yerusalemu Mpya. Huu ndio ufunguo wa tatu wa kuingilia Yerusalemu Mpya.

Ningependa uelewe maana za kiroho zilizo katika kuta za mji wa Yerusalemu Mpya, malango kumi na mawili ya ukuta, na mawe kumi na mawili ya msingi, na kuwa na funguo tatu za kuingilia Yerusalemu Mpya kwa kuwa na sifa zifaazo za kiroho.

Sura ya 7

Mwonekano wa Kusisimua

1. Hakuna haja ya Mwangaza wa Jua au Mbalamwezi
2. Fahari ya Yerusalemu Mpya
3. Kuishi na Bwana Aliye Bwana Harusi Wetu
4. Utukufu wa Wakaazi wa Yerusalemu Mpya

"Nami sikuona hekalu ndani yake; kwa maana Bwana Mungu Mwenyezi na Mwana-kondoo, ndio hekalu lake. Na mji ule hauhitaji jua wala mwezi kuuangaza, kwa maana utukufu wa Mungu huutia nuru, na taa yake ni Mwana-kondoo. Na mataifa watatembea katika nuru yake. Na wafalme wa nchi huleta utukufu wao ndani yake. Na milango yake haitafungwa kamwe mchana; kwa maana humo hamna usiku. Nao wataleta utukufu na heshima ya mataifa ndani yake. Na ndani yake hakitaingia kamwe chochote kilicho kinyonge, wala yeye afanyaye machukizo na uongo, bali wale walioandikwa katika kitabu cha uzima cha Mwana-kondoo."

- Ufunuo 21:22-27 -

Mtume Yohana, ambaye alionyeshwa Yerusalemu Mpya na Roho Mtakatifu, alinakili kwa kina mandhari ya Mji kwa kuuangalia akiwa katika sehemu ya juu. Yohana alitamani kwa muda mrefu kuona sehemu za ndani za Yerusalemu Mpya, na hatimaye alipoona sehemu za ndani za Mji ambao mandhari yake yanapendeza sana, ulimfanya akawa katika hali ya njozi.

Ikiwa tumehitimu kuingia Yerusalemu Mpya na kusimama mbele ya lango, tutaweza kuona lango la lulu lenye umbo la upinde likifunguliwa, ambalo lenyewe ni kubwa sana kiasi kwamba hatuwezi kuona mwisho wake.

Taa nzuri sana kutoka Mji wa Yerusalemu Mpya huja na kuizunguka miili yetu. Tunahisi upendo mkuu wa Mungu papo hapo na hatuwezi kudhibiti kububujikwa na machozi.

Kuhisi mtiririko wa upendo wa Mungu Baba ambaye ametulinda kwa macho yake yanayong'aa, neema ya Bwana ambaye ametusamehe kwa damu yake msalabani, na upendo wa Roho Mtakatifu unaokaa mioyoni mwetu, Roho ambaye ametuongoza kuishi katika kweli, tunampa Mungu utukufu na heshima isiyo na mwisho.

Hebu sasa tuchunguze habari za kina za Yerusalemu Mpya kwa msingi wa habari alizotoa mtume Yohana.

1. Hakuna Haja ya Mwangaza wa Jua wala Mbalamwezi

Mtume Yohana, huku akiangalia mandhari ya sehemu za ndani za mji wa Yerusalemu Mpya uliojaa utukufu wa Mungu, alikiri yafuatayo:

Na mji ule hauhitaji jua wala mwezi kuuangaza, kwa maana

utukufu wa Mungu huutia nuru, na taa yake ni Mwana-kondoo. (Ufunuo 21:23).

Yerusalemu Mpya umejaa utukufu wa Mungu kwa kuwa Mungu mwenyewe anakaa ndani ya Mji huo na kuutawala, na ndani yake mna kilele cha upeo wa kiroho ambapo Mungu alijiumba mwenyewe katika Utatu kwa ajili ya uimarishaji wa mwanadamu.

Utukufu wa Mungu unang'aa Yerusalemu Mpya

Sababu iliyomfanya Mungu kuweka jua na mwezi kwa ajili ya dunia hii ni kwamba tuweze kutambua wema na uovu, na kutofautisha kati ya roho na mwili kupitia nuru na giza ili tuweze kuishi kama watoto wa kweli wa Mungu. Anajua kila kitu juu ya roho na mwili, na mema na mabaya, lakini wanadamu hawawezi kutambua mambo haya bila uimarishaji wa mwanadamu kwa sababu hao ni viumbe tu.

Wakati mwanadamu wa kwanza Adamu alipokuwa katika Bustani ya Edeni kabla mwanzo wa uimarishaji wa mwanadamu, hangeweza kutambua uovu, kifo, giza, umaskini, au magonjwa. Ndiposa hangeweza kuelewa maana halisi ya maisha na furaha yake au kumshukuru Mungu ambaye alimpa kila kitu, hata ijapokuwa maisha yako yalijaa utele sana.

Ili huyu Adamu aweze kujua furaha ya kweli, alihitaji kutoa machozi, kuomboleza, kuugua magonjwa na kuhisi uchungu, na kufa, na huu ndio mchakato wa uimarishaji wa mwanadamu. Tafadhali soma kitabu kiitwacho Ujumbe wa Msalaba kwa habari za kina zaidi.

Hatimaye, Adamu alitenda dhambi ya uasi kwa kula tunda la mti wa kujua mema na mabaya, na akafukuzwa hapa duniani, na akaanza kuhisi matokeo yake. Baada ya hapo ndipo aliweza kutambua jinsi maisha ya Bustani ya Edeni yalivyokuwa ya utele, ya furaha, na mazuri na kumshukuru Mungu kwa moyo wake wa kweli.

Uzao wake pia walikuja kutofautisha kati ya nuru na giza, roho na mwili, na mema na mabaya kupitia uimarishaji wa mwanadamu walipokuwa wakipitia aina nyingi za mambo magumu. Kwa hiyo, tunapopokea wokovu na kwenda mbinguni, mwangaza wa jua au mwezi vilivyohitajika katika uimarishaji wa mwanadamu havitahitajika tena.

Kwa kuwa Mungu mwenyewe anaishi katika the Mji wa Yerusalemu Mpya, hakuna giza lolote. Zaidi ya hayo, mwangaza wa utukufu wa Mungu unang'aa sana katika Yerusalemu Mpya; kwa kawaida, Mji hauhitaji jua au mwezi, au taa zozote kuuangaza.

Mwanakondoo aliye taa ya Yerusalemu Mpya

Yohana hakuweza kuona chochote kilichotoa mwangaza kama jua na mwezi, au aina zozote za glopu za kutoa mwangaza. Hii ni kwa sababu Yesu Kristo, aliye Mwanakondoo, anafanyika taa katika Mji wa Yerusalemu Mpya.

Tangu Adamu kwa kwanza alipotenda dhambi ya uasi, wanadamu waliangukia mauti (Warumi 6:23). Mungu wa upendo alimtuma Yesu hapa duniani kutatua tatizo hili la dhambi. Yesu, Mwana wa Mungu aliyekuja katika mwili hapa duniani, alizitakasa dhambi zetu kwa kumwaga damu yake, na na kuwa malimbuko kwa kuvunja nguvu ya mauti.

Matokeo yake, wale wote wanaompokea Yesu kama mwokozi wao hupokea uzima na wanaweza kushiriki ufufuo, kufurahia uzima wa milele mbinguni, na kupokea majibu ya chochote watakachouliza hapa duniani. Isitoshe, watoto wa Mungu sasa wanaweza kuwa nuru ya ulimwengu kwa wao wenyewe kuishi katika nuru, na kumpa Mungu utukufu kupitia Yesu Kristo. Kwa maneno mengine, kama vile taa inavyoweza kutoa nuru, nuru ya utukufu wa Mungu hung'aa zaidi kupitia kwa Yesu Mwokozi

2. Fahari ya Yerusalem Mpya

Tukitazama ndani ya Mji wa Yerusalemu Mpya kutoka mbali, tunaweza kuona majengo mazuri sana yaliyojengwa kwa aina nyingi za mawe ya thamani na dhahabu kupitia kwa mawingu ya utukufu. Mji wote unaonekana kujaa uhai na ukiwa na mchanganyiko wa aina nyingi za mwangaza: taa zinazotoka kwenye nyumba zilizojengwa kwa mawe ya thamani; mwangaza wa utukufu wa Mungu; na taa zinazotoka kwenye kuta zilizojengwa kwa yaspi na dhahabu safi katika rangi za samawati angavu.

Tunaweza kueleza kwa kutumia maneno hisia na msisimko wa kuingia Yerusalemu Mpya? Mji ni mzuri sana, wa kifahari, na uletao furaha isiyoelezeka wala kufikirika. Katikati ya Mji kuna kiti cha enzi cha Mungu, ambacho ndicho chanzo cha Mto wa Maji ya Uzima. Karibu na kiti cha enzi cha Mungu kuna nyumba za Eliya, Henoko, Ibrahimu, na Musa, Mariamu Magdalene, na Bikira Mariamu, ambao wote walipendwa na Mungu sana na tena sana.

Kasri ya Bwana

Kasri ya Bwana ipo sehemu ya kulia na ya chini ya kiti cha enzi cha Mungu, anapokaa Mungu kwa ajili ya ibada za kuabudu au karamu katika Mji wa Yerusalemu Mpya. Katika kasri ya Bwana, kuna jingo kubwa sana lenye paa la dhahabu hapo katikati, na kuna aina nyingi sana ya nyumba ambazo zinazolizunguka bila mwisho. Hususan, kuna misalaba mingi ya utukufu, inayozungukwa na taa zing'aazo sana, juu ya mapaa ya dhahabu yenye umbo la uwanja. Inatukumbusha ule ukweli kwamba tulipokea wokovu na kufika mbinguni kwa sababu Yesu aliubeba msalaba.

Lile jingo kubwa la katikati lina umbo la msondo, lakini kwa kuwa limepambwa kitaalamu kwa vito vingi, taa nzuri hung'aa kutoka kwenye kila kito na kuchanganyika pamoja kuunda rangi za upinde wa mvua. Ikiwa tungelinganisha kasri ya Bwana na majengo yoyote yalitojengwa na binadamu hapa duniani, basi tunaweza kusema kasri ya Bwana inafanana na St. Basil's Cathedral huko Moscow, Urusi. Hata hivyo, mtindo wa ujenzi, vifaa, na ukubwa haviwezi kamwe kulinganishwa na majengo yoyote ya kifahari yaliyowahi kusanifiwa au kujengwa hapa duniani.

Mbali na jingo hili hapo katikati, kuna majengo mengine ndani ya kasri ya Bwana. Mungu Baba mwenyewe alitoa majengo haya ili wale walio na uhusiano wa karibu katika roho wanaweza kuishi na wapendwa wao. Mkabala wa kasri ya Bwana, kuna nyumba za wale mitume kumi na wawili ambazo zimeunganishwa pamoja. Mbele zake kuna nyumba za Petro, Yohana, Yakobo, na nyumba nyingine za wanafunzi wa Yesu ziko nyuma yake. Kile kilicho maalum ni kwamba kuna sehemu za kukaa Mariamu Magdalene na Bikira Mariamu katika kasri ya Bwana. Kwa kweli, sehemu hizi ni za wale wanawake wawili ili wakae kwa muda mfupi watakapoalikwa na Bwana, na kasri zao za kukaa haswa zipo karibu na kiti cha enzi cha Mungu.

Kasri ya Roho Mtakatifu

Upande wa kushoto na chini ya kiti cha enzi cha Mungu kuna kasri ya Roho Mtakatifu. Kasri hii kubwa sana inawakilisha upole na ulaini, sifa zinazofanana na za mama za Roho Mtakatifu pamoja na majengo menngi yenye umbo la uwanja ya ukubwa tofauti tofauti.

Paa la jengo kubwa zaidi katikati ya kasri ni kama kipande kimoja kikubwa cha sardoniki, kinachowakilisha hali ya dhati. Kuzunguka jingo hili kunatiririka Mto wa Maji ya Uzima ambao chanzo chake ni kiti cha enzi cha Mungu na kasri ya Bwana.

Kasri zote katika Yerusalemu Mpya ni kubwa sana na kifahari kupita ufahamu wetu, lakini kasri ya Bwana na ya Roho Mtakatifu ni nzuri mno na za kifahari. Ukubwa wao umekaribiana na ule wa mji kuliko kasri, na yamejengwa kwa mtindo maalum sana. Hii ni kwa sababu, tofauti na nyumba nyingine ambazo hujengwa na malaika, hizi hujengwa na Mungu Baba mwenyewe. Zaidi ya hayo, kama kasri ya Bwana, nyumba za wale waliongana na Roho Mtakatifu na kutimiza ufalme wa Mungu katika utawala wa Roho Mtakatifu, zimejengwa vizuri kuzunguka kasri ya Roho Mtakatifu.

Hekalu Kubwa

Kuna majengo mengi yanayoendelea kujengwa karibu na kasri ya Roho Mtakatifu, na kuna haswa jingo moja la kifahari na kuu. Lina paa la mviringo na nguzo kumi na mbili mirefu, na kuna malango kumi na mawili makubwa kati ya hizo nguzo. This is the Grna Sanctuary made after the Mji wa Yerusalemu Mpya.

Hata hivyo, Yohana katika Ufunuo 21:22 inasema, "Nami sikuona hekalu ndani yake; kwa maana Bwana Mungu Mwenyezi na Mwana-kondoo, ndio hekalu lake." Kwa nini Yohana hakuona hekalu? Watu kwa kawaida hufikiria kwamba Mungu anahitaji mahali pa kukaa, yaani katika hekalu kama vile sisi tunavyohitaji mahali pa kukaa. Kwa hiyo, hapa duniani, tunamwabudu katika mahekalu ambapo mnahubiriwa Neno la Mungu.

Kama ilivyotangazwa katika Yohana 1:1, "Hapo mwanzo kulikuwako Neno, naye Neno alikuwako kwa Mungu, naye Neno alikuwa Mungu," palipo Neno, pana Mungu; panapohubiriwa Neno pana hekalu. Hata hivyo, Mungu mwenyewe anaishi katika Mji wa Yerusalemu Mpya. Mungu, ambaye ndiye Neno lenyewe, na Bwana ambaye ni mmoja na Mungu, hukaa katika the Mji wa Yerusalemu Mpya, kwa hiyo hakuhitajiki hekalu lolote. Hivyo, kupitia kwa mtume Yohana, Mungu alituwezesha kujua kwamba hakuhitajiki hekalu na kwamba Mungu na Bwana ndio hekalu katika Yerusalemu Mpya.

Kisha, tunabaki kushangaa, kwa nini lile hekalu kubwa ambalo halikuweko wakati wa mtume Yohana, linajengwa leo? Kama tunavyoona katika Matendo 17:24, "Mungu aliyeufanya ulimwengu na vitu vyote vilivyomo, yeye, kwa kuwa ni Bwana wa mbingu na nchi, hakai katika hekalu zilizojengwa kwa mikono," Mungu haishi katika jingo maalum la hekalu.

Vivyo hivyo, ijapokuwa kiti cha enzi cha Mungu kiko mbinguni, bado anapenda kulijenga lile hekalu kubwa linalowakilisha utukufu wake; lile hekali kubwa litakuwa ushahidi thabiti katika kuonyesha nguvu za Mungu na utukufu wake dunia nzima.

Leo hii, kuna majengi mengi ya kifahari hapa duniani. Watu huwekeza pesa nyingi sana na kujenga majengo kwa ajili ya utukufu wao wenyewe na kulingana na shauku zao, lakini hakuna anayefanya vivyo hivyo kwa ajili ya Mungu, ambaye kusema kweli ndiye anayefaa kutukuzwa. Kwa hiyo, Mungu anapenda kujenga

Hekalu Kubwa na la kifahari kupitia watoto wake waliompokea Roho Mtakatifu na kutakaswa. Kisha, angependa kutukuzwa vizuri na watu wote wa mataifa yote kwa hili (1 Nyakati 22:6-16).

Vivyo hivyo, wakati Hekalu Kubwa zuri linapojengwa kama vile anavyopenda Mungu, watu wote kutoka mataifa yote watamtukuza Mungu na kujiandaa kama mabibi harusi wa Bwana tayari kumpokea. Ndiposa Mungu aliandaa Hekalu Kubwa kama kituo cha uinjilisti kuwaelekeza watu wasiohesabika kwenye njia ya wokovu, na kuwaelekeza Yerusalemu Mpya mwishoni mwa dahari. Tukitambua upaji huu wa Mungu, na kujenga Hekalu Kubwa, na kumpa Mungu utukufu, atatupa thawabu kulingana na matendo yetu na kujenga Hekalu lilelile Kubwa katika Mji wa Yerusalemu Mpya.

Hivyo, tunapoangalia lile Hekalu Kubwa lilijengwa kwa vito na dhahabu, ambavyo ni vitu ambavyo haviwezi kulinganishwa na vifaa vyovyote vya duniani, wale watakaoingia mbinguni watashukuru kwa upendo wa Mungu uliotuelekeza kwenye njia ya utukufu na baraka kupitia kwa uimarishaji wa mwanadamu.

Nyumba za mbinguni zimepambwa kwa vito na dhahabu

Karibu na kasri ya Roho Mtakatifu kuna nyumba zilizopambwa kwa aina nyingi za mawe ya thamani, na pia kuna nyumba nyingi ambazo bado zinajengwa. Tunaweza kuwaona malaika wengi wakifanya kazi, wakiweka vito vizuri hapa na pale au wakisafisha sehemu zinazojengwa nyumba. Katika njia hii, Mungu anatoa thawabu kulingana na matendo ya kila mtu binafsi na kuwaingiza ndani ya nyumba zao.

Wakati mmoja Mungu alinionyesha nyumba za wafanyakazi

wangu wawili wa kanisa hili waliokuwa waaminifu sana. Mmoja wao amekuwa akilitia nguvu sana kanisa kwa kuomba usiku na mchana kwa ajili ya ufalme wa Mungu, na nyumba yake imejengwa kwa harufu nzuri ya maombi na saburi, na imepambwa kuanzia mlangoni kwa vito ving'aavyo.

Pia, ili kuweza kuzipokea sifa zake nzuri, kuna meza kwenye pembe moja ya bustani ambapo anaweza kunywa chai na wapendwa wake. Kuna aina nyingi za maua madogo yenye rangi mbalimbali kwenye nyasi za nchi tambarare. Hii inaelezea tu mahali pa kuingilia na bustani ya nyumba ya huyo mtu. Je, unaweza kufikiria jinsi jengo litakavyokuwa la kifahari?

Nyumba nyingine aliyonionyesha Mungu ni ile ya mfanyakazi ambaye amejitoa kuihubiri injili hapa duniani. Niliweza kuona chumba kimoja miongoni mwa vyumba vingi katika jengo kuu. Kulikuwa na dawati, kiti, na mshumaa, na vyote vimetengenezwa kwa dhahabu, na vitabu vingi mle chumbani. Hii ni kwa ajili ya thawabu na katika kumbukumbu ya kazi yake ya kumpa Mungu utukufu kupitia kwa uinjilisti wa kuandika vitabu, na kwa sababu Mungu anajua anajua yeye anapenda kusoma sana.

Vivyo hivyo, Mungu haandai tu nyumba zetu za mbinguni bali pia hutupa vitu vingine vizuri sana ambavyo hatuwezi kuvifikiria ili aweze kututuza kwa kuacha na kutupilia mbali anasa zetu za ulimwengu hapa duniani ili tujitoe kikamilifu katika kukamilisha ufalme wa Mungu.

3. Kuishi na Bwana Aliye Bwana Harusi Wetu

Katika Mji wa Yerusalemu Mpya, huwa wakati wote kunaandaliwa aina nyingi za karamu, ikiwemo ile inayoandaliwa na Mungu Baba. Hii ni kwa sababu wale wanaokaa katika Yerusalemu Mpya wanaweza kuwaalika ndugu wanaoishi katika makao mengine mbinguni.

Litakuwa jambo la utukufu sana na la kufurahisha ikiwa ungeweza kuishi katika Yerusalemu Mpya na kualikwa na Bwana kushiriki upendo naye na kuhudhuria karamu za kupendeza!

Makaribisho mazuri kwenye kasri ya Bwana

Wakati watu katika Yerusalemu Mpya wanapoalikwa na Bwana, bwana harusi wao, watajipamba kama mabibi harusi warembo zaidi na kwa mioyo iliyojaa furaha watakusanyika katika kasri ya Bwana. Wakati mabibi harusi hawa wa Bwana watakapofika kwenye kasri yake, malaika wawili kila upande wa lango kuu ling'aalo watawakaribisha. Wakati huu, manukato kwenye kuta zilizopambwa kwa vito vingi na maua yataizunguka miili yao kuongeza furaha yao.

Baada ya kuingia kwenye lango kuu, sauti za sifa zinazo panda katika kilindi cha roho zetu husikika kwa mbali. Kisha baada ya kusikia sauti hii, amani, furaha, na shukrani kwa ajili ya upendo wa Mungu hutiririka mioyoni mwao kwa sababu wanajua amewaongoza.

Wanapokuwa wakitembea kwenye barabara ya dhahabu iliyo angavu kama kioo ili kulifikia lile jengo kuu, wanasindikizwa na malaika na kupita majengo mengi mazuri na bustani nzuri. Hadi watakapofika kwenye jengo kuu mioyo yao itabubujikwa kwa matumaini ya kukutana na Bwana. Wanapokaribia lile jengo kuu, wanaweza kumwona Bwana Mwenyewe akingojea kuwapokea. Machozi yatatoka kwa wingi na kuzipa macho yao, lakini watamkimbilia Bwana wakiwa na shauku kuu ya kumwona hata mepema zaidi. Bwana atakuwa anawasubiri kwa mikono yake mikunjufu, na uso wake ukiwa umejaa mapenzi na upole, atamkumbatia kila mmoja wao.

Bwana atawaambia, "Njooni, mabibi harusi wangu warembo! Karibuni sana!" Wale walioalikwa hukiri upendo wao kifuani mwake, wakisema, "Nashukuru sana tena sana kwa mwaliko wako!" Kisha watatembea hapa na pale huku wakiwa wameshikana mikono kama wanandoa wanaopendana sana, na watafanya mazungunzo mazuri ambayo walitamani kuwa nayo tangu walipokuwa hapa duniani. Upande wa kulia wa lile jengo kuu kuna ziwa kubwa, na Bwana ataeleza kwa kina hisia zake na mambo aliyopitia wakati alipokuwa akifanya huduma hapa duniani.

Kandoni mwa ziwa ni kumbukumbu ya Ziwa la Galilaya

Kwa nini ziwa hili linawakumbusha Ziwa la Galilaya? Mungu alitengeneza ziwa hili kama kumbukumbu kwa sababu Bwana alianza huduma yake na kuifanya kandoni wa Ziwa la Galilaya (Mathayo 4:23). Isaya 9:1 inasema, "Lakini yeye aliyekuwa katika dhiki hatakosa changamko. Hapo awali aliiingiza nchi ya Zabuloni na nchi ya Naftali katika hali ya kudharauliwa, lakini zamani za mwisho ameifanya kuwa tukufu, karibu na njia ya bahari; ng'ambo ya Yordani, Galilaya ya mataifa." Ilitabiriwa kwamba Bwana angeanza huduma yake kando ya Ziwa la Galilaya na unabii ukatimia.

Samaki wengi ambao hutoa mwangaza wa rangi tofauti huogelea katika ziwa hili kubwa. Katika Yohana 21, Bwana aliyefufuka alimtokea Petro ambaye alikuwa hajapata samaki wowote na akamwambia, "Litupeni jarife upande wa kulia wa mashua, nanyi mtapata" (kif. 6), na Petro alipotii, alipata samaki 153. Pia katika ziwa ndani ya kasri ya Bwana mna samaki 153, na hii pia ni kumbukumbu ya huduma ya Bwana. Samaki hawa wanaporuka hewani na kufanya vioja vya kufurahisha, rangi zao hubadilika katika njia nyingi ili kuongeza furaha na burudani kwa wale walioalikwa.

Bwana hutembea kwenye ziwa hili kama alivyofanya katika Ziwa la Galilaya hapa duniani. Kisha, wale walioalikwa wangesimama karibu na lile ziwa wakiwa na shukrani na kutamani kumsikia Bwana akiongea. Anaeleza kwa kina lile tukio la kutembea juu ya maji katika Ziwa Galilaya hapa duniani. Halafu, Petro, ambaye aliweza kutembea juu ya maji kwa muda hapa duniani kwa kutii Neno la Bwana, angesikitika kwamba aliweza kuzama ndani ya maji kwa sababu ya imani haba (Mathayo 14:28-32).

Makavazi yaliyojengwa kwa heshima ya huduma ya Bwana

Kwa kuzuru sehemu nyingi pamoja na Bwana, watu, sasa wanafikiria juu ya zile nyakati za kuimarishwa hapa duniani, na wanashangazwa na upendo wa Baba na Bwana aliyeandaa mbingu. Watafika kwenye makavazi yaliyo upande wa kushoto wa jengo kuu katika kasri ya Bwana. Mungu Baba mwenyewe aliyajenga kama kumbukumbu ya huduma ya Bwana duniani ili watu waweze kuyaona na kuhisi uhalisi wake. Kwa mfano, sehemu ambapo alihukumiwa na Pontio Pilato na pale Via Dolorosa ambapo alibeba msalaba kwenda Golgotha zimejengwa katika njia moja. Watu wakiziona sehemu hizi, Bwana ataeleza kwa kina hali kama zilivyokuwa wakati huo.

Mfupi uliopita, katika uvuvio wa Roho Mtakatifu, nilikuja kujifunza yale aliyosema Bwana wakati huo, na hivyo ningependa kushiriki nawe machache. Ni ungamo la Bwana kutoka moyoni

mwake, Bwana ambaye alikuja hapa duniani baada ya kuacha
utukufu wote mbinguni, ni ungamo alilofanya wakati alipokuwa
akielekea Golgotha huku akiwa amebeba msalaba.

Baba! Baba yangu!
Baba yangu, uliye mkamilifu katika nuru,
Wewe kweli unapenda kila kitu!
Nchi niliyokanyaga
Kwa mara ya kwanza pamoja nawe,
na watu, tangu walipoumbwa,
sasa wameharibika sana ...

Sasa ninatambua
Kwa nini umenituma hapa,
kwa nini uliruhusu nipate mateso haya
yatokayo mioyo iliyoharibika ya watu,
na kwa nini ulinituma nije hapa chini niache mahali
pangu pa utukufu mbinguni!
Sasa ninaweza kuhisi na kutambua
mambo haya yote
katika kilindi cha moyo wangu.

Lakini Baba!
Ninajua kwamba utarejesha kila kitu
katika haki yako na siri zilizofichika.
Baba!
Mambo haya yote ni ya muda tu.
Lakini kwa sababu ya utukufu
Utakaonipa,
na njia ya nuru
unayowafungulia watu hawa,

Baba, ninaubeba msalaba huu kwa matumaini na furaha.

Baba, ninaweza kuifuata njia hii
kwa sababu ninaamini
Utaifungua njia hii na nuru,
kwa ruhusa yako na katika upendo wako,
na utamwangaza mwanao
kwa taa za kupendeza
wakati mambo haya yote yatakapokwisha
katika muda mfupi.

Baba!
Ile nchi niliyokuwa nikikanyaga imetengezwa kwa dhahabu,
barabara nilizotembelea pia ni za dhahabu,
harufu za maua nilizokuwa nikinusa
haziwezi kulinganishwa
na zile za dunia hii,
vitambaa vilivyotumiwa kushonea
nguo nilizokuwa nikivaa
ni tofauti na hizi,
na mahali nilipokuwa nikiishi ni
mahali patukufu sana.
Na ningependa watu hawa
wajua mahali hapa pazuri na penye amani.

Baba,
Ninatambua kila sehemu ya upaji wako.
Kwa nini ulinizaa,
kwa nini ulinipa kazi hii,
na kwa nini ulinituma hapa chini
kukanyaga nchi iliyoharibika,

na kusoma akili za watu walioharibika.
Ninakusifu Baba
kwa upendo wako, na ukuu wako,
na kwa mambo haya yote ambayo hayana ila.

Baba mpendwa!
Watu hufikiria kwamba sijitetei,
kwamba ninasema mimi ni mfalme wa Wayahudi.
Lakini Baba,
wanawezaje kuelewa kumbukumbu
zinazotiririka kutoka moyoni mwangu,
upendo wa Baba unaotiririka kutoka moyoni mwangu,
upendo wa watu hawa
unaotiririka kutoka moyoni mwangu?

Baba,
watu wengi watatambua na kuelewa mambo yale
yanayopaswa kutokea baadaye
kupitia kwa Roho Mtakatifu
Utawapa kama kipawa baada ya
mimi kuondoka.
Kwa sababu ya uchungu huu wa muda,
Baba, usilie machozi
na usiangalie kando ukaniacha.
Usiache moyo wake ujae uchungu,
Baba!

Baba, nakupenda!
Mpaka nisulubishwe,
nimwage damu yangu na kupumua kwa mara ya mwisho,
Baba, ninafikiria juu ya mambo yote

na mioyo ya watu hawa.

Baba, usisikitike
Lakini tukuzwa kupitia kwa mwanao,
na upaji na mipango yote ya Baba
itakamilishwa milele na milele.

Bwana Yesu anaeleza yale yaliyokuwa yakiendelea akilini mwake wakati alipokuwa msalabani: utukufu wa mbinguni; Yeye mwenyewe akiwa amesimama mbele ya Baba; watu; sababu ya Baba kumpa kazi hiyo, na kadhalika.

Wale walioalikwa kuingia kwenye kasri ya Bwana hulia machozi wanaposikiza habari hizi na kumshukuru Bwana kwa machozi kwa kuubeba msalaba kwa niaba yao, na kuungama kutoka katika kilindi cha mioyo yao, wakisema, "Bwana wangu, wewe ni mwokozi wangu wa kweli!"

Katika kumbukumbu ya mateso ya Bwana, Mungu alitengeneza barabara nyingi za vito katika kasri ya Bwana. Wakati mtu anapotembea kwenye barabara zilizojengwa na kupambwa kwa vito vingi vya rangi nyingi, taa hung'aa zaidi na mtu akahisi kana kwamba anatembea juu ya maji. Zaidi ya hayo, katika kumbukumbu ya kuangikwa msalabani ili kuwakomboa wanadamu kutoka dhambini, hapo Mungu Baba alitengeneza msalaba wa mbao kisha ukapakwa damu. Pia kuna kihori cha Bethlehemu ambamo Bwana alizaliwa, na kuna vitu vingi vya kuona na kuhisi huduma ya Bwana katika hali halisi. Watu wanapozuru sehemu hizi, wanaweza kuona wazi wazi na kusikia juu ya kazi ya Bwana ili waweze kuhisi upendo wa Bwana na wa Baba katika hali ya kina zaidi na kumpa Mungu utukufu na shukrani milele.

4. Utukufu wa Wakaazi wa Yerusalemu Mpya

Yerusalemu Mpya ndipo mahali pazuri zaidi mbinguni na mji huo utatolewa kama thawabu kwa wale waliokamilisha utakaso mioyoni mwao na walikuwa waaminifu katika nyumba yote ya Mungu. Ufunuo 21:24-26 inatuambia aina ya watu ambao hupokea utukufu wa kuingia katika Yerusalemu Mpya:

"Na mataifa watatembea katika nuru yake. Na wafalme wa nchi huleta utukufu wao ndani yake. Na milango yake haitafungwa kamwe mchana; kwa maana humo hamna usiku. Nao wataleta utukufu na heshima ya mataifa ndani yake."

Mataifa huenenda kwa mwangaza wake

Hapa, neno "mataifa" linarejea watu wote waliookolewa bila kujali makabila yao. Ijapokuwa uwenyeji wa watu, rangi, na sifa nyinginezo ni tofauti kwa kila mtu, wanapookolewa kupitia kwa Yesu Kristo, wote wanafanyika watoto wa Mungu na kupewa uraia wa ufalme wa mbinguni.

Kwa hiyo, kirai kinachosema "mataifa watatembea katika nuru yake" kinamaanisha kwamba watoto wote wa Mungu watatembea ndani ya nuru ya utukufu wa Mungu. Hata hivyo, si watoto wote wa Mungu watakuwa na utukufu wa kuingia katika Mji wa Yerusalemu Mpya. Hii ni kwa sababu wale wanaokaa Paradiso, Ufalme wa Mbinguni wa Kwanza, wa Pili, au Watatu wanaweza kuingia katika Yerusalemu Mpya kwa mwaliko pekee. Wale tu waliotakaswa kabisa na waaminifu katika nyumba yote ya Mungu wanaweza kupata heshima ya kumwona Mungu Baba uso kwa uso katika Yerusalemu Mpya milele.

Wafalme wa nchi wataleta utukufu wao

Kirai kisemacho "wafalme wa nchi" kinarejea wale waliokuwa viongozi wa kiroho hapa duniani. Wanang'aa kama vile vito kumi na viwili vya misingi kumi na miwili ya kuta za Yerusalemu Mpya na wana sifa ya kuwawezesha kuishi katika Mji huo. Vivyo hivyo, wale wanaotambuliwa na Mungu, watakaposimama mbele zake, watakuja na sadaka walizoandaa kwa mioyo yao yote. Nikisema "sadaka" ninamaanisha kila kiu ambacho kwacho walimpa utukufu Mungu kwa mioyo yao iliyo safi na angavu kama kioo.

Kwa hiyo, "wafalme wa nchi wataleta utukufu wao ndani yake" inamaanisha kwamba wataandaa kama sadaka yale mambo yote ambayo wamefanyia kazi ufalme wa Mungu na wakampa utukufu, na kuingia Yerusalemu Mpya pamoja nao.

Wafalme wa dunia hii hutoa sadaka kwa wafalme wa mataifa makubwa na yenye nguvu kama njia ya kuwasifu mno, lakini sadaka itolewayo kwa Mungu hutolewa kwa shukrani kwa vile aliwaelekeza kwenye njia ya wokovu na uzima wa milele. Mungu hupokea sadaka hii kwa furaha na kuwapa thawabu kwa kuwapa heshima ya kukaa milele katika Mji wa Yerusalemu Mpya.

Katika Yerusalemu Mpya, hakuna giza kwa sababu Mungu , ambaye mwenyewe ni nuru anaishi huko. Kwa kuwa hakuna usiku, uovu, kifo, au mwizi, hakuna haja ya kufunga milango ya Yerusalemu Mpya. Hata hivyo, sababu ya Maandiko kusema "mchana" ni kwamba tuna ufahamu na uwezo mdogo tu wa kuelewa habari za mbinguni kikamilifu.

Kuleta utukufu na heshima ya mataifa

Sasa basi, nini maana ya kirai "wataleta utukufu wao ndani yake"? "Wataleta" hapa linarejea wale wote waliopokea wokovu kutoka mataifa yote duniani, na "wataleta utukufu na heshima ya mataifa ndani yake" inamaanisha kwamba watu hawa watakuja ndani ya Yerusalemu Mpya na vitu ambavyo kwavyo watampa utukufu Mungu, huku wakitoa harufu nzuri ya Yesu Kristo hapa duniani.

Wakati mtoto anaposoma kwa bidii na alama zake kwenda juu, atajigamba kwa wazazi wake. Wazazi watamfurahia kwa sababu watajivunia kazi ya mtoto wao aliyoifanya kwa bidii, hata ikiwa hakufaulu kupata alama nyingi. Katika njia hiyo hiyo, kadri tunavyotenda kwa imani kwa ajili ya ufalme wa Mungu hapa duniani, ndivyo tutakavyotoa harufu ya Yesu Kristo na kumpa utukufu Mungu, naye hupokea hili kwa furaha.

Imetajwa hapo mbeleni kwamba "wafalme wan chi huleta utukufu wao ndano yake," na sababu ya inayofanya iseme "wafalme wa nchi" kwanza ni kuonyesha mpangilio wa kiroho au vyeo ambavyo katika hivyo watu humjia Mungu.

Wale waliohitimu kukaa katika Yerusalemu Mpya milele wakiwa na utukufu kama wajua wataenda mbele za Mungu kwanza, wakifuatiwa na wale waliookolewa kutoka mataifa yote huku wakiwa na utukufu unaowafaa. Sharti tutambue kwamba ikiwa hatuna sifa zifaazo kuishi katika Yerusalemu Mpya milele, tunaweza kutembelea huo Mji mara kwa mara tu.

Wale ambao hawawezi kamwe kuingia Yerusalemu Mpya

Mungu wa upendo anapenda kila mtu apokee wokovu na na ampe kila mmoja thawabu ya makao na zawadi za mbinguni kulingana na matendo yake. Ndiposa wale ambao hawana sifa za kuingia Yerusalemu Mpya wataingia Ufalme wa Mbinguni wa Tatu, wa Pili au wa Kwanza, au Paradiso kulingana na kiwango cha imani zao. Mungu handaa karamu maalum na kuwaalika Yerusalemu Mpya ili wao pia waweze kufurahia uzuri wa Mji.

Hata hivyo, unaweza kuona kwamba watu wengine hawawezi kamwe kuingia Yerusalemu Mpya hata ikiwa Mungu anapenda kuwahurumia. Hawa ni wale ambao hawakupokea wokovu na hivyo hawawezi kuona utukufu wa Yerusalemu Mpya.

Na ndani yake hakitaingia kamwe chochote kilicho kinyonge, wala yeye afanyaye machukizo na uongo, bali wale walioandikwa katika kitabu cha uzima cha Mwana-kondoo. (Ufunuo 21:27).

"Kinyonge" hapa linarejea kuwahukumu na kuwaona wengine kuwa na makosa, na kulalamika wakitafuta mambo na faida wazipendazo wenyewe. Mtu wa aina hii anajipa kazi ya hakimu na kuwahukumu wengine kama apendavyo, badala ya kuwaelewa. "Machukizo" hapa linamaanisha matendo yote yatokayo kwenye moyo ambao ni chukizo katika hali ya kuwa na nia mbili. Kwa kuwa watu wa aina hiyo wana mioyo na akili za kubadilika badilika na zisizoweza kutegemewa na, wanatoa shukrani tu wakati wanapopokea majibu ya maombi yao, lakini muda si muda hulalamika na kuomboleza kila wanapopitia majaribu. Vivyo hivyo, wale wenye mioyo ya aibu huidanganya dhamiri yao na hawakawii kubadilisha nia zao katika kutafuta mambo wayapendayo wenyewe.

Mtu "mwongo" ni mtu anayejidanganya mwenyewe na dhamira yake, na tunapaswa kufahamu kwamba aina hii ya uwongo huwa mtego wa Shetani. Kuna waongo wengine ambao kudanganya ni jambo la mazoea na wengine ambao husema uwongo kwa faida ya wengine, lakini Mungu angependa tutupilie mbali hata aina hii ya uwongo. Kuna watu wengine ambao huwadhuru wengine kwa kutoa ushahidi wa uwongo, na mtu wa aina hii anayedanganya wengine kwa lengo baya hataokolewa. Zaidi ya hayo, wale wanaomdanganya Roho Mtakatifu au katika kazi za Mungu hao pia ni "waongo." Yuda Iskariote, mmoja wa wale wanafunzi kumi na wawili wa Yesu, alikuwa anasimamia mfuko wa hazina na aliendelea kudanganya katika kazi ya Mungu kwa kuiba hela zilizokuwa kwenye mfuko wa hazina, na kutenda dhambi nyinginezo. Hatimaye Shetani alipomwingia, alimuuza Yesu kwa vipande thelathini vya fedha na akatupwa milele.

Kuna watu wengine wanaoona wagonjwa wakiponywa na pepo kutolewa na Roho Mtakatifu kwa nguvu za Mungu, lakini bado wanakana kazi zake na badala yake wanasema ni kazi za Shetani. Watu hawa hawawezi kuingia mbinguni kwa sababu wanakufuru na kuongea kinyume na Roho Mtakatifu. Hatupaswi kusema uwongo katika hali zozote zile machoni mwa Mungu.

Wale ambao majina yao yamefutwa kutoka katika Kitabu cha Uzima

Tunapookolewa kwa imani, majina yetu hunakiliwa katika Kitabu cha Uzima cha Mwanakondoo (Ufunuo 3:5). Hata hivyo, hii haimaanishi kwamba kila mtu aliyempokea Yesu Kristo ataokolewa. Tunaweza haswa kuokolewa tu wakati tunapotenda kulingana na Neno la Mungu na kufanana na moyo wa Bwana kwa kuitahiri mioyo yetu. Ikiwa bado tunafuata mambo ya uwongo hata baada ya kumpokea Yesu Kristo, majina yetu yatafutwa kutoka katika Kitabu cha Uzima na mwishowe hatutapata wokovu.

Juu ya hili, Ufunuo 22:14-15 inatuambia kwamba heri wale wazifuao nguo zao na wale wasiofua nguo zao hawataokolewa:

Heri wazifuao nguo zao, ili wawe na haki ya kuuendea huo mti wa uzima, na kuingia mjini kwa milango yake. Huko nje wako mbwa, na wachawi, na wazinzi, na wauaji, na hao waabuduo sanamu, na kila mtu apendaye uongo na kuufanya.

"Mbwa" hapa linarejea wale wanaotenga mambo ya uwongo tena na tena. Wale wasiobadilika na kuuacha uovu wao badala yake wanaendelea kurudia uovu, hawawezi kuokolewa kamwe. Hao ni kama mbwa anayerudia kula matapiko yake, na nguruwe anayejitumbukiza kwenye tope baada ya kuoshwa. Hii ni kwa sababu wanaonekana kwamba wametupilia mbali uvou wao, lakini wanarudia tabia zao za uovu, na wanaonekana kwamba wamekuwa bora, lakini wanarudia uovu.

Hata hivyo, Mungu anatambua imani ya wale wanaojitahidi kutenda wema hata ikiwa hawawezi kutenda kikamilifu kulingana na neno la Mungu. Hatimaye wataokolewa kwa sababu bado wanabadilika na Mungu anatambua juhudi zao katika imani.

"Wachawi" linarejea "wale wanaofanya mambo ya uchawi." Wanatenda machukizo, na kuwafanya wengine waabudu miungu ya uwongo. Haya yanamchukiza Mungu sana tena sana.

"Wazinzi" huzini hata ikiwa wameoa au kuolewa. Kuna uzinzi wa kimwili na uzinzi wa kiroho, uzinzi wa kiroho ni kupenda kitu kingine zaidi kuliko Mungu. Ikiwa mtu aliyemjua Mungu aliye hai na kuujua upendo wake na bado ageuke na apende vitu vya kidunia kama vile pesa au familia yake zaidi kuliko Mungu, mtu huyo atakuwa anazini kiroho na si haki mbele za Mungu.

"Wauaji" huua kimwili au kiroho. Ikiwa unajua maana ya kiroho ya "kuua," yamkini huwezi kusema kwamba hujamuua mtu yeyote. Kuua kiroho ni kuwafanya watoto wa Mungu watende dhambi na kupoteza uzima wao wa kiroho (Mathayo

18:7). Ukiwaumiza watu wengine kwa chochote ambacho ni kinyume cha ukweli, pia huko ni kuua kiroho (Mathayo 5:21-22).

Pia, kuchukia mtu, kumuonea wivu na kijicho, kumhukumu, na kumtia hatiani, kugombana, kukasikirika, kudanganya, kusema uwongo, kuleta mafarakano na kuwagawanya watu, kuwaharibia majina, na kukosa upendo na rehema, kote ni kuua kiroho (Wagalatia 5:19-21). Hata hivyo, wakati mwingine, kuna watu wengine wanaopotea njia katika uovu wao wenyewe. Kwa mfano, wakimwacha Mungu kwa sababu wamevunjwa moyo na mtu kanisani, ni kwa sababu ya uovu wao wenyewe. Ikiwa kweli walikuwa wamemwamini Mungu, hawangepotea njia kamwe.

Pia, "waabuduo sanamu" ni moja ya mambo ambayo Mungu anachukia sana. Katika kuabudu sanamu, kuna kuabudu sanamu kwa kimwili na kwa kiroho. Kuabudu sanamu kwa kimwili ni kutengeneza sanamu ya Mungu na kuiabudu (Isaya 46:6-7). Kuabudu sanamu kwa kiroho chochote kile unachokipenda zaidi kushinda Mungu. Mtu akimpenda mkewe au mumewe au watoto wao zaidi ya vile anavyompenda Mungu katika kutafuta tama zao wenyewe, au anapovunja amri za Mungu kwa kupenda pesa, umaarufu, au maarifa zaidi ya kumpenda Mungu, huku ni kuabudu sanamu kwa kiroho.

Watu wa aina hii, haijalishi wataita kwa sauti, "Bwana, Bwana" na kwenda kanisani, hawawezi kuokolewa na kuingia mbinguni kwa sababu hawampendi Mungu.

Kwa hiyo, ikiwa ulimpokea Yesu Kristo, na kumpokea Roho Mtakatifu kama karama ya Mungu, na jina lako limeandikwa katika Kitabu cha Uzima cha Mwanakondoo, tafadhali tambua kwamba unaweza kuingia mbinguni na kufufuliza kuingia Yerusalemu Mpya tu ikiwa utatenda kulingana na Neno la Mungu.

Yerusalemu Mpya ni mahali ambapo wale tu waliotakaswa kikamilifu mioyoni mwao na ni waaminifu katika nyumba yote ya Mungu wanaweza kuingia.

Kwa upande mwingine, wale wanaoingia Yerusalemu Mpya wanaweza kukutana na Mungu ana kwa ana, na kufanya mazungumzo mazuri na Bwana, na kufurahia heshima na utukufu usioweza kufikirika. Kwa upande mwingine, wale wanaokaa Paradiso, Ufalme wa Mbinguni wa Kwanza, wa Pili, au Watatu wanaweza kuzuru Mji wa Yerusalemu Mpya pale tu watakapokuwa wamealikwa karamu maalum zikiwemo zile zilizoandaliwa na Mungu Baba.

Sura ya 8

"Nikauona Mji Mtakatifu, Yerusalemu Mpya"

1. Nyumba za Mbinguni Zenye Ukubwa Usiofikirika
2. Kasri ya Kifahari Lililo na Usiri Mkamilifu
3. Sehemu Zenye Mandhari Nzuri Za Kuona Mbinguni

"Heri ninyi watakapowashutumu na
kuwaudhi na kuwanenea kila neno baya
kwa uongo, kwa ajili yangu. 12 Furahini,
na kushangilia; kwa kuwa thawabu yenu
ni kubwa mbinguni; kwa maana ndivyo
walivyowaudhi manabii waliokuwa
kabla yenu."

- Mathayo 5:11-12 -

Katika Mji wa Yerusalemu Mpya, nyumba za mbinguni zinajengwa ili watu ambao mioyo yao inafanana na moyo wa Mungu wataishi ndani yake baadaye. Kulingana na mapenzi ya kila mtu, nyumba zinajengwa na malaika wakuu na malaika wengine wanaosimamia ujenzi, huku Bwana akiwa msimamizi wao. Hii ni nafasi itakayofurahiwa tu na wale watakaoingia Yerusalemu Mpya. Wakati mwingine, Mungu mwenyewe humwamrisha malaika mkuu kujenga nyumba haswa kwa mtu fulani ili ijengwe kulingana na mapenzi ya mwenye nyumba hiyo. Hasahau hata tone moja la machozi walilomwaga watoto wake kwa ajili ya ufalme wake na kuwapa thawabu za mawe mazuri na ya thamani sana.

Kama tunavyoona katika Mathayo 11:12, Mungu anatuambia waziwazi kwamba kadri tunavyoshinda vita vya kiroho na kukomaa kiroho, ndivyo tunavyoweza kupata mahali pazuri zaidi mbinguni:

Tangu siku za Yohana Mbatizaji hata sasa ufalme wa mbinguni hupatikana kwa nguvu, nao wenye nguvu huuteka.

Mungu wa upendo, kwa miaka mingi, amekuwa akituongoza ili atuingize mbinguni kwa nguvu, na kutuonyesha nyumba za Yerusalemu Mpya kwa uwazi zaidi. Hii ni kwa sababu Bwana aliyeenda kutuandalia makao yuko karibu kurudi.

1. Nyumba za Mbinguni Zenye Ukubwa Usiofikirika

Katika Yerusalemu Mpya, kuna nyumba nzuri sana zenye ukubwa usiofikirika. Miongoni mwa hizo, kuna moja ya kifahari na nzuri sana iliyojengwa kwenye sehemu kubwa. Hapo katikati kuna kasri kubwa nzuri ya mviringo yenye gorofa tatu, na kuzunguka hiyo kasri kuna nyumba nyingi na vitu vingi vya kufurahia au aina za lifti zinazopatikana katika bustani ya burudani ili kupafanya mahali hapo paonekane kama kivutio cha kimataifia cha utalii. Kile kinachoshangaza sana ni kwamba hii nyumba ya kimbinguni iliyo kama mji ni ya mtu aliyeimarishwa hapa duniani!

Heri wenye upole, maana hao watairithi nchi

Ikiwa tuna uwezo wa kifedha hapa duniani, tunaweza kununua kipande kikubwa cha ardhi na kujenga nyumba nzuri jinsi tupendavyo. Hata hivyo, huko mbinguni, hatuwezi kununua ardhi yoyote au kununua nyumba hata iwe tuna utajiri mwingi kiasi gani, kwa sababu Mungu kutupa ardhi au nyumba kama thawabu kulingana na matendo yetu.

Matthew 5:5 says, "Heri wenye upole, maana hao watairithi nchi." Kulingana na kiwango kile tunachofanana na Bwana na kukamilisha upole wa kiroho hapa duniani, tunaweza "kuirithi nchi" mbinguni. Hii ni kwa sababu mtu ambaye ni mpole kiroho anaweza kuchangamana vizuri na watu wote, na wanaweza kumwendea na kupata pumziko na faraja. Atakuwa na amani ya kila mtu katika hali yoyote ile kwa kuwa moyo wake ni laini na mpole kama manyoy.

Hata hivyo, tukikubaliana na ulimwengu na kwenda kinyume cha ukweli ili tuweze kuwa na amani na watu wengine, huo si upole wa kiroho kamwe. Mtu ambaye ni mpole kweli hawezi tu kuchangamana na watu wengine kwa moyo mkunjufu na ulio laini, lakini pia anaweza kuwa hodari na mwenye nguvu kiasi kwamba anaweza kuyahatarisha maisha yake kwa ajili ya ukweli.

Aina hii ya mtu anaweza kupendwa na watu wengi na kuwaelekeza kwenye njia ya wokovu na kuingia mahali bora zaidi mbinguni kwa sababu ana upendo na upole. Ndiposa tunaweza kuwa na nyumba kubwa sana mbinguni. Kwa hiyo, nyuma iliyoelezewa hapa chini ni ya mtu mpole kweli.

Nyumba iliyo kama mji

Katikati ya nyumba hii kuna kasri kubwa iliyopambwa kwa vito vingi na dhahabu. Paa lake limetengenezwa kwa sardoniki ya mviringo na inang'aa sana. Kuzunguka hiyo kasri inayong'aa, kunatiririka Mto wa Maji ya Uzima ambao chanzo chake ni kiti cha enzi cha Mungu, na majengo mengi hufanya hii nyumba kuonekana kama mji mkuu. Pia, kuna bustani ya kuburudisha yenye lifti iliyopambwa kwa dhahabu na vito vingi.

Kwenye upande mmoja wa hiyo ardhi yenye nafasi kubwa kuna misitu, nchi tambarare, na ziwa kubwa, na upande ule mwingine kuna vilima vingi vyenye aina nyingi ya maua na chemichemi. Vile vile, kuna bahari ambayo ndani yake meli kubwa kama ile ya Titanic huelea na kusafiri majini.

Sasa, hebu natufunge safari ya kuangalia nyumba hii ya kifahari. Kuna malango kumi na mawili pande zote nne, na natupitie lango kuu ambalo kutoka kwa hilo tunaweza kasri kuu hapo katikati.

Lango hili kuu limepambwa kwa vito vingi na linalindwa na

malaika wawili. Malaika hao ni wa kiume na wanaonekana kuwa na nguvu sana. Wanasimama bila kupepesa macho yao, na hadhi yao iliyo wazi huwafanya kuonekana kwamba huwezi kuwafikia karibu.

Kila upande wa lango kuna nguzo mbili kubwa na nzuri. Kuta zimepambwa kwa vito vingi na kuna maua usiyoweza kuona mwisho wake. Ukiingia kwenye lile lango linalofunguka lenyewe na kuongozwa na malaika, unaweza kutoka mbali ile kasri kubwa yenye paa jekundu linalokumulika kwa taa nzuri.

Pia, ukiangalia nyumba nyingi zenye ukubwa tofauti zilizopambwa kwa vito vingi, hutaweza kujizuia kuguswa na upendo wa Mungu anayekutuza kwa thelathini, sitini, au hata mara mia ya yale uliyotenda au kutoa. Utamshukuru kwa kumtoa mwanawe wa pekee kukuelekeza kwenye njia ya wokovu na uzima wa milele. Zaidi ya hayo, pia amekuandalia nyumba nzuri za mbinguni, na moyo wako utabubujikwa na shukrani na furaha.

Pia, kwa sababu ya sauti za sifa zilizo laini, wazi na nzuri ambazo zinasikika katika kasri yote, utapokea amani na furaha isiyoelezeka na utakjawa na hisia nzuri:

> Mbali sana katika kilindi cha roho yangu usiku wa leo
> Mnabubujika wimbo mtamu sana kushinda zaburi;
> Katika ugumu unaofanana na anga unaanguka bila kikomo
> Juu ya nafsi yangu kama utulivu usio na mwisho.
> Amani! Amani! Amani ya ajabu
> Inayotoka kwa Baba huko juu!
> Igubike nafsi yangu, naomba,
> Igubike katika upendo mkuu.

Barabara za dhahabu zilizo angavu kama kioo

Sasa, natuangalie ile kasri kubwa pale katikati, kwa kutembea kwenye barabara ya dhahabu. Unapoingia lango kuu, miti ya dhahabu na ya vito na iliyo na matunda mazuri ya vito huwakaribisha wageni walio kila upande wa barabara. Kisha wageni huchuma matunda. Yale matunda huyeyuka mdomoni na ni matamu sana kiasi kwamba mwili wote hutiwa nguvu na kujaa furaha.

Kila upande wa zile barabara za dhahabu, kuna maua mengi yenye rangi nyingi na ukubwa tofauti, maua hayo huwasalimia wageni kwa harufu zao nzuri. Nyuma yake kuna nyasi za dhahabu na aina nyingi za miti ambayo inaongeza uzuri wa bustani nzuri. Maua yenye rangi nzuri za upinde wa mvua huonekana kana kwamba yanatoa taa, na kila ua hutoa harufu yake nzuri na ya kipekee. Kwenye baadhi ya maua haya, wadudu kama vile vipepeo wenye rangi ya upinde wa mvua hukaa na kupiga gumzo. Juu ya miti mnaning'inia matunda mengi mazuri kwenye matawi na majani yao yanayong'aa. Kuna aina nyingi za ndege wenye rangi ya dhahabu ambao hutua kwenye miti na kuimba na kuyafanya mandhari kuwa ya amani na ya kufurahisha. Pia kuna wanyama wanaotembea kwa amani.

Gari la wingu na bogi la dhahabu

Sasa umesimama kwenye lango la pili. Nyumba ni kubwa sana kiasi kwamba kuna lango lingine ndani ya lango kuu. Mbele ya macho yako kuna sehemu kubwa inayofanana na karakana ambapo huegeshwa magari mengi ya mawingu na mabogi ya dhahabu. Utashangaa sana kuona mandhari hii ya kupendeza.

Lile bogi la dhahabu, lililopambwa kwa almasi kubwa na vito, ni la mwenye nyumba na mna bogi moja. Bogi linapokwenda, huwa ling'aa kama nyota kwa sababu ya vito vingi ving'aavyo, na mwendo wake ni wa kasi zaidi kushinda gari la wingu.

Gari la wingu limezungukwa na mawingu safi meupe na taa nzuri za rangi nyingi, na lina magurudumu manne na mabawa manne. Lile gari huenda kwa magurudumu yake ardhini, na linapopaa, magurudumu yake hujikunja na mabawa yakapanuka na kuanza kwenda mbio na kupaa bila shida yoyote.

Litakuwa jambo la mamlaka na heshima sana kuweza kuzuru sehemu nyingi mbinguni pamoja na Bwana kwa kutumia magari ya mawingu, yakiandamana na jeshi la mbinguni na malaika. Ikiwa kila mtu anayeingia Yerusalemu Mpya atapewa gari la wingu, hebu fikiria jinsi mwenye nyumba hii atakavyotuzwa kwa kuwa kuna magari mengi ya mawingu katika karakana hii.

Kasri kubwa katikati

Unapofika kwenye kasri kubwa na nzuri ukiwa ndani ya gari la wingu, unaweza kuona jumba lenye gorofa tatu lenye paa la sardoniki. Jengo hili ni kubwa sana kiasi kwamba haiwezi kulinganishwa na jengo lolote hapa duniani. Inaonekana kwamba kasri yote inabadilika polepole, ikitoa taa zing'aazo, na taa hizo zing'aazo hufanya kasri kuonekana kana kwamba iko hai. Dhahabu safi na yaspi hutoa taa zing'aazo na angavu katika rangi ya samawati. Hata hivyo, huwezi kuona kupitia kwake, na inaonekana kama sanamu isiyokuwa na viungo. Kuta na maua yaliyo katika kuta hizi hutoa harufu nzuri kuongezea furaha na raha ambayo haiwezi kuelezeka kwa maneno. Maua ya ukubwa mbalimbali hutengeneza mandhari kuu sana, na maumbo yake tofauti na harufu za maua hayo hunda mseto mzuri sana.

Sasa basi, nini sababu hasa iliyomfanya Mungu kutupatia sehemu kubwa ya ardhi na jumba zuri jinsi hiyo? Hii ni kwa sababu Mungu hawezi kukosa au kusahau kitu chochote ambacho watoto wake walifanyia kazi kwa ajili ya ufalme wake na haki yake hapa duniani na kuwapa thawabu ipasavyo.

Ninafurahi tena na tena
Kwa Mpendwa wangu.
Huyu alinipenda sana tena sana
kiasi cha kutoa kila kitu.
Alinipenda zaidi ya
wazazi wake na ndugu zake,
Hakuwaacha watoto wake mwenyewe,
na aliyaona maisha yake kuwa si kitu
na akayatoa kwa ajili yangu.

Macho yake wakati wote yalinitazama.
Alisikiza Neno langu kikamilifu.
Alitafuta utukufu wangu pekee.
Alishukuru tu hata
wakati alipokuwa anateswa kwa njia isiyokuwa ya haki.
Hata katikakati ya mateso,
aliwaombea kwa upendo wale
waliokuwa wanamtesa.
Hakumwacha yeyote
hata ingawa alimsaliti.

Alitenda kazi yake kwa furaha
hata wakati alipokuwa na huzuni isiyo na kifani.
Na aliokoa nafsi nyingi
na kukamilisha mapenzi yangu,
akiubeba moyo wangu.

Kwa sababu alikamilisha mapenzi yangu
na alinipenda sana,
nimemwandalia jumba hili kubwa
na la kifahari
katika Yerusalemu Mpya.

2. Kasri ya Kifahari Lililo na Usiri Mkamilifu

Kama unavyoona, kuna mguso wa Mungu hasusan katika nyumba za wale anaowapenda sana. Kwa hiyo nyumba hizo zina viwango tofauti vya uzuri na nuru ya utukufu kushinda nyumba nyingine hata ndani ya Yerusalemu Mpya.

Kasri kubwa katikati ni mahali ambapo mmiliki wake anaweza kufurahia usiri au hali ya faragha kikamilifu. Ni la kufidia kazi zake na maombi yake kwa machozi katika kukamilisha ufalme wa Mungu na kwamba aliweza kuzilinda nafsi usiku na mchana bila kufurahia maisha yoyote ya usiri na faragha.

Muundo wa jumla wa kasri yake una ile nyumba kuu katikati ya kasri, na kasri ina safu tatu za kuta. Kuna ukuta wa ziada katika sehemu ya katikati kati ya nyumba kuu iliyo katikati na ukuta wa nje. Kwa hiyo, kasri yote imegawanywa katika kasri ya ndani na kasri ya nje, ambazo zinatoka kwenye nyumba kuu hadi kwenye ukuta wa katikati na kutoka ukuta wa katikati hadi ukuta wa nje.

Kwa hiyo, ili tuweze kufika kwenye nyumba kuu ya kasri, lazima tupitie lango kuu na kisha lango lingine tena kwenya ukuta wa katikati. Kwenye ukuta wan je kuna malango mengi, na lango ambalo linalokabliana na sehemu ya mbele ya nyumba kuu ni lile lango kuu. Lango kuu limepambwa kwa mawe mbalimbali ya thamani na linalindwa na malaika wawili. Malaika hao wawili wana sura za kiume na wanaonekana kuwa na nguvu sana. Hawapepesi macho yao wanapokuwa wakilinda, na tunaweza kuhisi heshima inayotoka kwao.

Kila upande wa lile lango kuu kuna nguzo mbili zenye umbo la mcheduara. Kuta zimepambwa kwa vito na maua, na ni ndefu sana hivi kwamba huwezi kuona mwisho wake. Malaika watatuongoza kuingia katika lango kuu linalofunguka lenyewe, taa nzuri na zing'aazo sana zitatumulika. Na kuna barabara ya dhahabu iliyo kama kioo na inaenda moja kwa moja hadi kwenye lango kuu.

Tunapotembea kwenye barabara ya dhahabu, tutalifikia lango la pili. Lango hili liko kwenye ukuta wa katikati unaotenganisha kasri ya ndani na kasri ya nje. Tunapopita lango hili la pili, kuna mahali ambalo ni kama eneo kubwa la kuegesha magari hapa duniani. Hapa, huegeshwa magari mengi yaliyofanana na mawingu. Pia kuna gari la farasi la dhahabu miongoni mwa magari ya mawingu.

Nyumba kuu ya kasri hii ni kubwa zaidi kushinda nyumba yoyote nyingine kubwa duniani. Ina gorofa tatu. Kila gorofa ya jengo hilo ina umbo la mcheduara, na nafasi ya kila gorofa huwa ndogo kadri unavyopanda juu kutoka gorofa moja hadi nyingine. Paa ni kama uwanja mkubwa wenye umbo la kitunguu.

Kuta za nyumba kuu zimetengenezwa kwa dhahabu safi na yaspi. Kwa hiyo, mwangaza wa rangi ya samawati na ile taa angavu yenye rangi ya dhahabu hutoa mseto mzuri wa mwangaza wa kifahari. Ule mwangaza ni mkali sana hivi kwamba unaweza kuhisi kana kwamba nyumba yenyewe iko hai na inasonga. Jengo zima linatoa taa zing'aazo na linaonekana kana kwamba linazunguka polepole.

Sasa, natuingie ndani ya kasri yenyewe!

Malango kumi na mawili ya kuingilia nyumba kuu ya kasri

Nyumba hii kuu ina malango kumi na mawili. Kwa sababu ile nyumba kuu ni kubwa sana, umbali wa kutoka lango moja hadi lingine ni mkubwa sana. Malango yana umbo la mwezi, na kila mlango umechorwa picha ya ufunguo. Chini ya picha ya ufunguo kumechorwa jina la lango kwa kutumia alfabeti za mbinguni. Herufi hizi zimechorwa kwa vito, na kila lango limepambwa kwa aina moja ya vito.

Hapa chini kuna maelezo ya kwa nini kila lango limepewa jina lililopewa. Mungu Baba amejumisha pamoja kile mwenye nyumba alichofanya alipokuwa duniani na kukielezea kwenye hayo malango kumi na mawili.

Lango la kwanza ni 'Lango la Wokovu.' Lina maelezo ya jinsi mwenye nyumba alivyokuwa mchungaji wa watu wengi sana na kuelekeza nafsi nyingi za watu kwenye wokovu ulimwengu mzima. Lango linalofuata lile Lango la Wokovu na 'Lango la Yerusalemu Mpya.' Chini ya jina la lango kuna maelezo yanayosema kwamba mmiliki aliwaelekeza watu wengi sana kuingia Yerusalemu Mpya.

Lango linalofuata ni 'Lango la Nguvu.' Kwanza, kuna malango manne kwa ajili ya viwango vine vya nguvu, na kisha, kuna Lango la Nguvu za Uuumbaji na Lango la Nguvu Kuu Zaidi za Uumbaji. Kwenye malango haya kuna maelezo kuhusu jinsi kila aina ya nguvu ilivyoponya watu wengi sana na kumtukuza Mungu.

Lango la tisa ni 'Lango la Ufunuo,' na lango hili lina maelezo yasemayo kwamba mmiliki wake alipokea Ufunuo mwingi sana na alifafanua Biblia kwa uwazi sana. Lango la kumi ni 'Lango la Mafanikio.' Lengo la lango hilo ni kukumbuka mafanikio kama vile ujenzi wa Hekalu Kubwa sana.

Lango la kumi na moja ni 'Lango la Maombi.' Lango hili linatuambia jinsi mmiliki alivyoomba maisha yake yote ili kutimiza mapenzi ya Mungu kupitia jinsi alivyompenda Mungu, na jinsi alivyolia na kuombea nafsi za watu.

Lango la kumi na mbili na la mwisho ni lango lenye maana ya 'Kumshinda adui mwovu, Shetani.' Lina maelezo yasemayo kwamba mmiliki wake alishinda kila kitu kwa imani na upendo wakati adui Shetani alipojaribu kumdhuru na kumfanya akate tamaa.

Maandishi maalum na usanifu kwenye kuta

Kuta, zilizotengenezwa kwa dhahabu safi na yaspi, zimejaa usanifu na maandishi na michoro isiyo na mwisho. Habari zote kuhusu mateso na dhihaka aliyopata kwa ajili ya ufalme wa Mungu, na matendo yote ambayo kwayo alimtukuza Bwana yamenakiliwa. Cha kushangaza zaidi ni kwamba Mungu mwenyewe aliandika maandishi hayo katika shairi na herufi zake zinatoa mwangaza mzuri unaong'aa.

Ukiingia ndani ya kasri baada ya kupitia moja ya malango haya, utaona vitu ambavyo ni vizuri zaidi kushinda vile ulivyoviona nje. Taa zinazotoka kwenye vito huingiliana mara mbili au tatu kufanya mwonekano uwe mzuri sana.

Maandishi juu ya machozi ya mmiliki, shughuli zake zake, na bidii zake hapa duniani pia yamechongwa katika kuta za ndani na yanatoa mwangaza mkali sana. Wakati wa maombi yake ya usiku kucha kwa ajili ya ufalme wa Mungu na harufu nzuri ya kujitoa mwenyewe kama sadaka ya kinywaji kwa ajili ya nafsi umeandikwa kama shairi na hutoa mwangaza mzuri.

Hata hivyo, Mungu Baba ameficha habari nyingi za kina za maandishi hayo ili Mungu mwenyewe aweze kumwonyesha mmiliki wakati atakapofika mahali hapa. Hii ni kwamba Mungu aweze kupokea moyo wake unaomtukuza Baba kwa hisia kali na machozi wakati atakapomwonyesha maandishi hayo, na kumwambia, "Hii nimekuandalia wewe."

Hata katika ulimwngu juu, tunapompenda mtu, watu wengine hurudia rudia kuandika majina ya mtu huyo. Huandika jina kwenye kijikaratasi au katika shajara, kwenye ufuo wa bahari, au hata kuchongwa kwenye mti au kuandikwa kwenye mawe. Hawaajui jinsi ya kuonyesha upendo wao kwa hiyo wanaendelea kuandika jina la mtu yule wanayempenda.

Katika njia hiyo hiyo, kuna sahani ya dhahabu yenye umbo la mraba ambayo ina maneno matatu pekee. Maneno hayo matatu ni: 'Baba', 'Bwana', na 'Mimi.' Mmiliki wa ile nyumba hangeweza kuonyesha upendo wake kwa Baba na Bwana kwa kutumia maneno. Moyo wake unaonyeshwa kwa njia hii.

Mikutano na karamu katika gorofa ya kwanza

Kasri hii haiko wazi kwa watu wengine wakati mwingi, lakini iko wazi wakati kunapokuwa karamu au hafla fulani. Kuna ukumbi mkubwa sana ambamo watu wengi sana wasiohesabika wanaweza kukusanyika na kuandaa karamu. Pia unatumiwa kama mahali pa kufanyia mikutano ambamo mmiliki hushirikisha wageni wake upendo na furaha, huku akipiga gumzo na wageni wake.

Ukumbi una umbo la mviringo na ni mkubwa sana kiasi kwamba kuona mwisho wake ukiwa upande mmoja. Sakafu ni ya rangi nyeupe kiasi na laini sana. Ina vito vingi na inang'aa sana. Katikati ya ukumbi kuna kuna shada la taa zenye mapambo linaloning'inia ili kuongeza hadhi ya chumba, na kuna mashada mengine ya dhahabu ya ukubwa tofauti tofauti pembeni mwa kuta kuongezea uzuri wa huo ukumbi. Pia, katikati ya ukumbi kuna jukwaa la mviringo, na kuna meza nyingi ambazo zimewekwa katika safu nyingi kuzunguka hilo jukwaa. Wale walioalikwa huketi kwenye viti vyao kulingana na mpangilio uliopo na kupiga gumzo la kirafiki.

Mapambo yote ndani ya jengo yametengenezwa na atakavyo yule mmiliki wa jengo hilo, na taa zao na maumbo yao ni mazuri sana na rahisi kuvunjika. Kila kito ndani yake kina mguso wa Mungu, na ni heshima kubwa sana kualikwa kwenye karamu hii iliyoandaliwa na mwenye nyumba.

Vyumba vya siri na vyumba vya mapokezi katika gorofa ya pili

Katika gorofa ya pili ya kasri hii kubwa, kuna vyumba vingi na kila chumba kina siri, ambayo imefunuliwa kikamilifu tu mbinguni, ambayo Mungu atamtuza mmiliki wake kulingana na matendo yake. Kuna chumba fulani ambacho kina taji zisizohesabika za aina mbalimbali, mfano wa makavazi. Taji nyingi ikiwemo taji ya dhahabu, taji iliyopambwa kwa dhahabu, taji ya kioo, taji ya lulu, taji iliyopambwa kwa maua, na taji nyingine nyingi zilizopambwa kwa aina nyingi za vito na zimewekwa vizuri. Taji hizi hupewa mtu kila wakati huyo mtu anapokamilisha ufalme wa Mungu na kumpa utukufu hapa duniani, na ukubwa wao na maumbo, na vifaa vilivyotumiwa na mapambo yote ni tofauti ili kuonyesha tofauti ya heshima iliyopo. Pia, kuna vyumba vingi vikubwa vinavyotumiwa kama kabati za kuwekea nguo na kuhifadhia mapambo ya vito, na vitu hivyo vinatunzwa kwa njia ya kipekee na malaika.

Pia kuna chumba safi chenye umbo la mraba ambacho hakina mapambo mengi. Chumba hiki kinaitwa "Chumba cha Maombi." Kinatolewa kwa sababu mmiliki wake ameomba sana hapa duniani. Zaidi ya hayo, kuna chumba chenye televisheni kadhaa. Chumba hiki kinaitwa "Chumba cha Mateso na

Maombolezo" na hapa mmiliki anaweza kuangalia mambo yote yanayohusu maisha yake duniani kila anapotaka kufanya hivyo. Mungu amehifadhi kila nukta na matukio ya maisha ya mmiliki kwa sababu aliteseka sana wakati akifanya kazi na huduma ya Mungu na kulia machozi mengi kwa ajili ya nafsi.

Pia kuna mahali pazuri palipopambwa ili kuwapokea manabii kwenye gorofa ya pili, hapo mmiliki anaweza kushiriki na wengine upendo wake na kupiga gumzo la kirafiki. Anaweza kukutana na manabii kama vile Eliya aliyekwenda mbinguni kwa gari la farasi na farasi wa moto, Henoko aliyetembea na Mungu kwa muda wa miaka 300, Ibrahimu aliyempendeza Mungu kwa imani, Musa aliyekuwa mnyenyekevu kushinda wanadamu wote katika uso wa nchi, mtume Paulo aliyekuwa na ari kubwa, na wengine, na kufurahia kupiga gumzo nao kuhusu maisha yao na hali zao hapa duniani.

Gorofa ya tatu imetengwa kwa ajili ya kushiriki upendo na Bwana

Gorofa ya tatu ya kasri kubwa imepambwa kwa njia ya ajabu ili kumpokea Bwana na kufanya mazungumzo marefu na mengi iwezekanavyo. Mmiliki anapewa hii kwa sababu alimpenda Bwana kushinda kumpenda mtu yeyote yule, na alijaribu kufanana na matendo yake kwa kusoma Injili Nne, na kumtumikia na kumpenda kila mtu kama vile Bwana alivyowatumikia wanafunzi wake. Zaidi ya hayo, alimwomba Mungu kwa machozi mengi ili kuwaelekeza watu wengi kwenye njia ya wokovu kwa kupokea nguvu za Mungu kama Bwana alivyofanya na kuonyesha ushahidi mwingi wa Mungu aliye hai. Machozi yalimiminika chini kila alipomfikiria Bwana, na mara nyingi hakuweza kulala usiku kwa sababu alimtamani sana Bwana. Pia, kama Bwana aliyeomba usiku kucha, mmiliki aliomba usiku mzima mara nyingi na akajaribu awezavyo kukamilisha ufalme wa Mungu.

Basi atafurahi sana atakapokutana na Bwana ana kwa ana na kushiriki upendo pamoja naye katika katika Yerusalemu Mpya!

Ninaweza kumwona Bwana wangu!
Ninaweza kuuweka mwangaza wa macho yake
machoni mwangu,
Ninaweza kuliweka tabasamu lake
laini moyoni mwangu,
na hii ni furaha kubwa sana kwangu.

Bwana wangu,
nakupenda sana!
Umeona kila kitu
na unajua kila kitu.
Sasa ninafurahi sana
katika kuweza kuukiri upendo wangu.
Nakupenda, Bwana.
Nakukumbuka sana.

Kupiga gumzo na Bwana hakutaweza kuchosha kamwe au kusinya.

Mungu Baba, aliyepokea upendo huu, alipamba sehemu ya ndani, kwa mapambo, na vito kwa njia ya kupendeza sana katika gorofa ya tatu ya nyumba hii ya kifahari. Uzuri na fahari yake haviwezi kuelezeka, na kiwango cha taa ni cha kipekee sana. Vivyo hivyo, unaweza kuhisi haki na upendo wa Mungu anayekupa thawabu kulingana na matendo yako kwa kuangalia zile nyumba za mbinguni.

3. Sehemu Zenye Mandhari Nzuri Za Kuona Mbinguni

Nini kingine kiko pale kwenye kasri kubwa? Nikianza kuelezea hii nyumba iliyo kama mji kwa utondoti kidogo tu, itakuwa inatosha kuandika kitabu. Karibu na sehemu yenye kasri kuna bustani kubwa na majengo ya aina nyingi ambayo yamepambwa vizuri na kupangika vizuri. Vifaa kama vile dimbi la kuogelea, na bustani ya michezo, nyumba za kulala, na nyumba ya mziki hufanya nyumba hii kuonekana kama kivutio kikubwa cha watalii.

Mungu humtuza mtu kulingana na matendo yake

Sababu ya mmiliki kuwa na nyumba kama hii iliyo na vifaa vingi namna hii ni kwamba aliutoa mwili wake wote, akili zake, muda wake, na pesa kwa Mungu wakati alipokuwa hapa duniani. Mungu hutuza kila kitu alichotenda kwa ajili ya ufalme wa Mungu ikiwemo kuelekeza nafsi nyingi kwenye njia ya wokovu na kulijenga kanisa la Mungu. Mungu anaweza kutupatia si yale tunayoyaomba bali pia yale tunayotamani moyoni. Tunaona kwamba Mungu anaweza kufanya usanifu wa hali ya juu na mzuri sana kushinda msanifu majengo yeyote mzuri au mhandisi wa mji hapa duniani, na kwa wakati huo huo kuonyesha kuonyesha umoja na tofauti.

Hapa duniani, wakati mwingi tunaweza kuwa na kila kitu tunachotaka, ikiwa tuna pesa za kutosha. Huko mbinguni, hata hivyo, si hivyo. Nyumba ya kuishi, nguo, vito, taji, au hata malaika wanaohudumu haviwezi kununuliwa au kukodishwa, lakini hutolewa tu kulingana na kiwango cha imani cha mtu na uaminifu wake katika ufalme wa Mungu.

Kama tunavyoona katika Waebrania 8:5, "[Wale] watumikiao mfano na kivuli cha mambo ya mbinguni, kama Musa alivyoagizwa na Mungu, alipokuwa tayari kuifanya ile hema," huu ulimwengu ni kivuli cha mbinguni na wengi wa wanyama, mimea, na vitu vingine vya asili pia vinapatikana mbinguni. They are much more beautiful than those of the earth.

Hebu sasa natuangalie zile bustani zilizojaa maua mengi na mimea mingi.

Sehemu za kuabudia na Hekalu Kubwa

Chini ya kasri pale katikati, kuna uwanja mkubwa wa ndani ambamo mna maua mengi na miti mingi inayounda mandhari mazuri sana. Kila upande wa kasri kuna sehemu kubwa za kuabudia ambamo watu wanaweza kumtukuza Mungu wakati hadi wakati. Nyumba hii ambayo ni kubwa sana, ni kama kivutio cha watalii kilicho na vifaa vingi, na kwa kuwa inachukua muda mrefu kwa watu kuweza kutembea na kuingalia nyumba, kuna sehemu za kuabudia ambamo wanaweza kupumzika.

Ibada mbinguni ni tofauti kabisa ni ile tuliyozoea hapa duniani. Hatufungwi na utaratibu wa ibada, lakini tunaweza kumpa utukufu Mungu kwa nyimbo mpya. Tukiimba juu ya utukufu wa Baba na upendo wa Bwana, tutaburudhishwa wakati tukipokea utimilifu wa Roho Mtakatifu. Kisha tutakuwa na hisia kali mioyoni mwetu na tutajawa na shukrani na furaha.

Katika kuongezea mahekalu haya, kasri hii ina jengo ambalo lina umbo lilelile kama hekalu fulani lililokuwapo duniani. Alipokuwa hapa duniani, mmiliki wa kasri hii alikuwa amepokea kazi kutoka kwa Baba Mungu ya kujenga hekalu kubwa la kifahari, na aina hiyo hiyo ya hekalu pia imejengwa katika Yerusalemu Mpya.

Kama vile Daudi katika Agano la Kale, mmiliki wa kasri hii pia alitambani Hekalu la Mungu. Kuna majengo mengi duniani, lakini hakuna jengo lolote ambalo linaonyesha taadhima na utukufu wa Mungu. Wakati wote alisikitika kwa jambo hili.

Alikuwa na ari kubwa ya kujenga hekalu ambalo ni la Mungu Muumba pekee. Mungu Baba aliukubali moyo huu wenye shauku na akamweleza kwa kina umbo, ukubwa, mapambo na hata majengo ya ndani ya hekalu. Ilikuwa haiwezekani kwa mawazo ya binadamu, lakini alitenda kwa imani, matumaini, na upendo; na hatimaye, Hekalu Kubwa lilijengwa.

Hekalu hili Kubwa si jengo tu lililo kubwa na la kifahari, ni machozi ya nguvu za wale waamini ambao wanampenda Mungu kwel. Ili hekalu hili liweze kujengwa, iligharimu hazina za dunia hii kutumika. Mioyo ya wafalme wa mataifa ilikuwa haina budi kusukumwa. Na ili kutimiza hili, kilichohitajika zaidi zilikuwa ni zile kazi za nguvu za Mungu ambazo zimepita fikira za wanadamu.

Mmiliki wa kasri hii alishinda vita vikali vya kiroho ili aweze kupata nguvu za aina hii. Alimwamini Mungu ambaye anafanya yale yasiyowezekana kuwezekana kwa wema tu, upendo, na utiifu. Aliomba bila kukoma na matokeo yake ikawa ni kujenga Hekalu Kubwa lililokubaliwa na Mungu kwa furaha.

Mungu Baba, huku akijua haya mambo yote, pia alijenga Hekalu Kubwa lingine katika kasri ya mtu huyu. Bila shaka Hekalu Kubwa mbinguni limejengwa kwa dhahabu na vito vilivyo vizuri zaidi kushinda vifaa vya hapa duniani, hata ijapokuwa umbo ni lile lile.

Ukumbi wa kufanyia maonyesho kama ule wa Sydney Opera House

Katika kasri hii, kuna ukumbi wa kufanyia maonyesho ambao umefanana na ukumbi wa Opera House of Sydney, huko Australia. Mungu Baba alikuwa na sababu ya kujenga ukumbi wa maonyesho kama huo katika kasri hii. Wakati mmiliki wa kasri hii alipokuwa duniani, aliandaa timu nyingi za kufanya maonyesho huku akiuelewa moyo wa Mungu anayefurahishwa na sifa. Na alimtukuza Mungu Baba sana kupitia kwa matamasha mazuri sana na ya Kikristo.

Haikuwa tu mwonekano wa nje, ujuzi, au mbinu. Aliwaongoza wale waliofanya maonyesho katika njia ya kiroho ili waweze kumtukuza Mungu kwa upendo wa kweli kutoka katika vilindi vya mioyo yao. Aliwalea wasanii wengi ambao wangeweza kumtukuza Mungu na aina ya sifa ambazo Mungu angezikubali. Kwa hili, Mungu Baba amejenga ukumbi wa kufanyia maonyesho ya sanaa ili wasanii hawa waweze kuonyesha ujuzi wao kulingana na shauku zao katika kasri hii.

Kuna ziwa kubwa ambalo linaenea kutoka sehemu ya mbele

ya jengo hili, na jengo linaonekana kana kwamba linaelea juu ya maji. Wakati chemichemi ya maji inapotiririsha juu hayo maji kutoka ziwani, matone ya maji hudondoka na kutoa taa zilizo kama vito. Ukumbi wa kufanyia maonyesho una jukwaa la kifahari lililopambwa kwa aina nyingi za vito na pia viti vingi vinavyosubiri kukaliwa na watu. Hapa, malaika watafanya maonyesho wakiwa wamevalia nguo nzuri za kufanyia maonyesho.

Wale malaika wa kufanya maonyesho watacheza huku wakiwa na mavazi yanayotoa taa zenye uangavu wa vito kama mabawa ya kerengende. Kila miondoko yao haina kasoro na inapendeza sana. Pia kuna malaika ambao huimba na kupiga ala za mziki. Wanapiga na kutoa sauti nzuri sana kwa ujuzi na mtindo wa hali ya juu.

Lakini hata ijapokuwa ujuzi wa malaika ni mzuri sana, harufu inatokana na kusifu na kucheza kwao ni tofauti sana na ile ya watoto wa Mungu. Watoto wa Mungu wana upendo wa dhati na wanamshukuru Mungu mioyoni mwao. Ndani ya moyo uliofanywa kuwa mzuri kupitia kwa uimarishaji wa mwanadamu hutoka harufu nzuri inayoweza kumgusa Baba Mungu.

Wale watoto wa Mungu ambao wana kazi ya kumsifu Mungu hapa duniani vile vile watakuwa na nafasi nyingi ya kumtukuza Mungu kwa sifa zao mbinguni. Ikiwa kiongozi wa nyimbo za sifa ataingia Yerusalemu Mpya, atafanya onyesho katika ukumbi huu wa kufanyia maonysho unaofanana na Opera House. Na maonyesho yanayofanya mahali hapa wakati mwingine yanaonyeshwa moja kwa moja kwenye makao yote yaliyo katika ufalme wa mbinguni. Kwa hiyo, kusimama kwenye jukwaa la ukumbi huu mara moja tu ni heshima kubwa sana.

Daraja la wingu lenye rangi za upinde wa mvua

Mto wa Maji ya Uzima unaong'aa kwa taa za fedha unatiririka kwenye kasri yote na kuizunguka. Chanzo chake ni kiti cha enzi cha Mungu na unatiririka kuzunguka kasri za Bwana na Roho Mtakatifu, Yerusalemu Mpya, Ufalme wa Mbinguni wa Tatu, wa Pili na wa Kwanza, Paradiso, na kisha unarudi kwenye kiti cha enzi cha Mungu.

Watu hupiga gumzo na samaki wenye rangi nyingi nzuri huku wakikaa kwenye mchanga wa dhahabu na fedha ulio kwenye kila ukingo wa Mto wa Maji ya Uzima. Kuna madawati ya dhahabu kila upande wa Mto na karibu na madawati hayo kuna miti ya uzima. Ukiwa umekaa kwenye madawati hayo ya dhahabu na unatazama matunda mazuri, ukiwaza na kujisemea, 'Haya matunda yanaonekana kuwa matamu sana,' wale malaika wahudumu wataleta lile tunda ndani ya kikapu cha maua na kukupatia.

Pia kuna madaraja mazuri sana ya mawingu yenye umbo la upinde kwenye Mto wa Maji ya Uzima. Ukitembea kwenye daraja la wingu lenye rangi za upinde wa mvua na linalokabiliana na Mto unatiririka pole pole chini yako, utahisi vizuri sana kana kwamba unapaa angani au kutembea juu ya maji.

Unapovuka Mto wa Maji ya Uzima, kuna sehemu ya nje iliyo na aina nyingi za maua na nyasi za dhahabu, na hapa utahisi hali tofauti na ile uliyohisi katika sehemu ya ndani.

Bustani ya michezo na barabara ya maua

Ukivuka daraja la wingu, utaona bustani ya michezo iliyo

na bembea nyingi ambazo hujaziona, kuzisikia, au kuzifikiria; hata zile bustani nzuri zaidi za kufurahisha duniani kama vile Disneyland haziwezi kulinganishwa na bustani hii. Magari moshi yaliyotengenezwa kwa kioo huenda mbio kuzunguka bustani hiyo, na meli kubwa ya dhahabu na vito huenda hapa na pale, karoseli hutoa mpigo mzuri, na bembea kubwa huenda mbio na kuwasisimua wakweaji wake. Wakati bembea hizi zilizopambwa kwa vito zinaposonga, zinatoa taa zenye safu kadhaa, na ukiwa hapo utafurahishwa sana na hali ya shamrashamra za hafla hiyo.

Upande mwingine wa uwanja wa nje, kuna barabara ya maua isiyokuwa na mwisho, barabara yote imefunikwa kwa maua ili uweze kutembea juu ya maua yenyewe. Mwili wa mbinguni ni mwepesi sana kiasi kwamba huwezi kuhisi uzito wowote, na maua hayakanyagwi hata ukitembea juu yake. Ukitembea kwenye barabara pana ya maua inayotoa harufu nzuri ya maua, hayo maua hufunga petali zao kana kwamba yanaona haya na kisha kutengeneza wimbi na kufunguka wazi tena. Haya ni makaribisho maalum na salamu. Katika ngano, maua huwa yana sura zao na yanaweza kufanya mazungumzo, na ndivyo ilivyo hata mbinguni.

Utafurahi sana kutembea juu ya maua na kufurahia harufu zao tamu, na maua yatafurahi na kukushukuru kwa kutembea juu yake. Ukiyakanyaga pole pole, yatatoa hurufu nzuri hata zaidi. Kila ua lina harufu tofauti na harufu zao zimechanganywa kwa njia tofauti kila wakati ili kila unapotembea juu yake upate hisia mpya. Barabara za maua zimeenea hapa na pale kama picha nzuri ili kuongezea uzuri wa nyumba hii ya mbinguni. Vivyo hivyo, nyumba ya mtu ni kubwa na haina mwishoo, na ina aina zote za vifaa.

Sehemu tambarare ambayo wanyama hucheza kwa amani

Ukipita zile barabara za maua utaona sehemu kubwa iliyo tambarare na huko kuna aina nyingi za wanyama ambao hata hapa duniani wako. Bila shaka unaweza kuona wanyama wengine wengi katika sehemu nyingine lakini kuna takriban aina zote za wanyama hapa, isipokuwa wale waliompinga Mungu kama vile kerengende. Mandhari utakayoona kwa macho yako itakukumbusha sehemu kubwa ya Savanna katika Afrika, na wanyama hawa hawaondoki mahali pao hata ijapokuwa hakuna seng'eng'e na hucheza bila wasiwasi. Ni wakubwa kushinda wanyama wa hapa duniani na wana rangi iliyo wazi na inayong'aa sana. Sheria ya mwituni haitumiwi hapa.

Wanyama hapa ni wapole; hata simba ambao huitwa wafalme wa wanyama si wakali kamwe lakini ni wapole na wana manyoya ya dhahabu ya kupendeza sana. Pia, huko mbinguni, unaweza kuongea na wanyama bila wasiwasi. Hebu fikiria ni raha iliyoje kufurahia uzuri za hali asilia na kukimbia kwenye sehemu tambarare huku wakiwa wamepanda simba au ndovu. Hiki si kitu tu kinachopatikana kwenye ngano za zamani lakini ni fursa waliyopewa wale waliookolewa na kupata mbinguni.

Nyumba ya kibinafsi na kiti cha dhahabu cha kupumzikia

Kwa kuwa nyumba ya mtu huyu ni kama kivutio kikubwa cha kitalii mbinguni cha kufurahiwa na watu wengi, Mungu alimpa mmiliki nyumba ya matumizi ya kibinafsi. Nyumba hii imejengwa juu ya kilima na ina mandhari mazuri ya kuangalia na imepambwa vizuri. Si kila mtu anaweza kuingia nyumba hii kwa sababu ni ya matumizi ya kibinafsi. Mmiliki hujipumzisha peke yake katika nyumba hiyo au huitumia kuwapokea manabii kama bile Eliya, Henoko, Ibrahimu, na Musa.

Pia, kuna nyumba nyingine ya kioo, na, tofauti na majengo mengine, ni safi na angavu. Hata hivyo, huwezi kuona ndani ukiwa nje na lango lake haliingiwi. Juu ya nyumba hii ya kioo, kuna kiti cha dhahabu kinachozunguka. Mmiliki anapokaa hapo, anaweza kuona nyumba nzima kwa kuitazama tu bila kuzingatia wakati au nafasi. Mungu ameitengeneza kwa ajili ya mmiliki ili aweze kuhisi furaha ya kuwaangalia watu wengi wakiitembelea nyumba yake, au kuhisi furaha ya kupumzika tu.

Kilima cha kumbukumbu na barabara ya kutafakari

Barabara ya kutafakari, ambapo kumesimama miti ya uzima kila upande, ni tulivu kana kwamba wakati umesimama. Mmiliki anapopiga hatua, amani hutoka kutoka katika kilindi cha moyo wake na anakumbushwa mambo ya hapa duniani. Akifikiria kuhusu jua, mwezi, na nyoya, kioo cha mviringo chenye mfano wa safu huwekwa juu ya kichwa chake, na jua, mwezi, na nyota hutokea. Huko mbinguni mwangaza wa jua, mwezi, na nyota hauhitajiwi kwa sababu mahali pote pamezungukwa na nuru ya Mungu ya utukufu, lakini ile safu amapewa ili aweze kufikiria juu ya mambo ya hapa duniani.

Pia, kuna mahali panapoitwa kilima cha kumbukumbu, na kinaunda kijiji kikubwa. Hapa ndipo mmiliki anaweza kuyaangalia maisha yake ya hapa duniani, na wale wateule wanakusanywa. Nyumba ile alimozaliwa, shule alizosomea, miji na majiji aliyoishi, mahali alipokutana na majaribu, mahali alipokutana na Mungu kwa mara ya kwanza, na mahekalu aliyojenga baada ya kuwa mchungaji, hayo yote yametengenezwa hapa kwa mpangilio wa kufuatana.

Ijapokuwa vifaa bila shaka ni tofauti na vile vya hapa duniani, vitu vinavyohusu maisha yake ya duniani vimeonyeshwa tena ili watu waweze kuhisi kwa uwazi maisha yake yalivyokuwa duniani. Upendo wa Mungu ni laini na mzuri sana!

Chemichemi na bahari yenye visiwa

Ukiendelea kutembea kwenye barabara ya kutafakari, unaweza kusikia kwa mbali sauti za juu na zilizo wazi. Ni sauti inayotoka kwenye chemichemi ya maji yenye rangi nyingi. Wakati chemichemi inapofurika, vito vya kupendeza chini ya chemichemi hutoa taa zing'aazo sana. Hii ni mandhari ya kupendeza sana kuona mtiririko mkubwa wa maji ukitiririka katika sehemu tatu kutoka juu na kutiririka ndani ya Mto wa Majia ya Uzima. Kuna vito ambavyo hutoa taa za mara mbili au tatu kwenye pande zote mbili za chemichemi, na vinatoa taa za ajabu pamoja na mtiririko wa maji. Unaweza kuhisi kuburudiswa na kutiwa nguvu kwa kuiangalia.

Pia kuna hema juu ya chemichemi ya maji ambapo watu wanaweza kuona mandhari ya ajabu au kupumzika. Unaweza kuiona nyumba yote ya mbinguni, na mwonekano wake ni mzuri sana na wa kupendeza kiasi kwamba hauwezi kuelezeka kwa maneno ya hapa duniani.

Kuna bahari kubwa nyuma ya kasri, na ndani yake kuna visiwa

wa ukubwa tofauti tofauti. Yale maji ya bahari yasiyo na mawaa na angavu hung'aa kana kwamba kuna vito vilivyonyunyizwa ndani ya maji. Inapendeza sana kuona samaki wakiogelea katika bahari angavu, na cha kushangaza ni kwamba kuna nyumba nzuri za rangi ya kijani zilizojengwa chini ya bahari. Hapa duniani, hata mtu aliye tajiri zaidi hawezi kujenga nyumba chini ya bahari.

Hata hivyo, kwa kuwa mbinguni kuko katika ulimwengu wenye sehemu nne ambako kila kitu kinawezekana, kuna mambo mengi yasiyohesabika ambayo hatuwezi kuyaelewa au kufikiri kwamba yako.

Meli kubwa kama ile ya Titanic na mashua ya kioo

Visiwa baharini vina aina nyingi za maua ya mwituni, ndege waimbao, na mawe ya thamani ya kuongezea mandhari mazuri. Hapa huandaliwa mashindano ya kupiga makasia au kuteleza kwa ubao baharini na kuwavutia wakaazi wengi wa mbinguni. Kuna meli kama Titanic kwenye bahari yenye mawimbi laini, na hiyo meli ina aina nyingi ya vifaa kama vile vidimbwi vya kuogelea, kumbi za michezo ya kuigiza, na kumbi za kufanyia karamu. Ikiwa uko ndani ya meli angavu ambayo imetengenezwa kwa kioo pekee, utahisi kana kwamba unatembea juu ya bahari, na unaweza kuhisi uzuri wa ndani ya bahari katika nyambizi yenye umbo la mpira wa raga.

Itakuwa raha iliyoje kuweza kuabiri meli kama Titanic, mashua ya kioo, au nyambizi yenye umbo la mpira wa raga mahali hapa pazuri na kukaa hapa kwa angalau siku moja! Hata hivyo, kwa kuwa mbinguni ni mahali pa milele, unaweza kufurahia mambo haya yote milele ikiwa tu umehitimu kuingia Yerusalemu Mpya.

Vifaa vingi vya riadha, na vya kuchezea

Kuna vifaa vya riadha na vya kuchezea kama vile viwanja vya golfu, njia za kurushia mipira, vidimbwi vya kuogelea, viwanja vya tenisi, viwanja vya voliboli, viwanja vya basketiboli, na kadhalika. Hivi vinatolewa kama thawabu kwa sababu mmiliki angefurahia vitu hivi hapa duniani lakini hakufanya hivyo kwa ajili ya ufalme wa Mungu na hivyo alitumia muda wake wote kwa ajili yake.

Katika njia za kurushia mipira, ambazo ni za dhahabu na vito vya umbo la pini, ule mpira na pini vyote vimetengenezwa kwa dhahabu na vito. Watu hucheza wakiwa kwenye makundi vya watu watatu hadi watano, na wana wakati mzuri wa kushangiliana. Mpira unaonekana kuwa mwepesi, tofauti na mipira ya hapa duniani, kwa hiyo utabingirika kwenye njia kwa nguvu hata ikiwa umefanya kuusukuma kidogo tu. Ukipiga zile pini, kunatokea taa zing'aazo pamoja na sauti ya wazi na nzuri sana.

Kwenye ule uwanja wa golfu uliojengwa kwenye nyasi za dhahabu, nyasi hulala zenyewe wakati mpira unapobingirika wakati wa michezo. Nyasi zinapolala kama domino, zinaonekana kama wimbi la dhahabu. Katika Yerusalemu Mpya, hata nyasi zinamtii bwana wake. Zaidi ya hayo, baada ya kuweka, kipande cha wingu hutokea karibu na miguu na kumwondoa bwana wake hadi sehemu nyingine. Hili ni jambo la ajabu sana na la kufurahisha!

Pia watu hufurahi sana wanapoogelea kwenye vidimbwi. Kwa kuwa hakuna mtu anayeweza kuzama ndani ya maji huko mbinguni, hata wale wasioweza kuogelea hapa duniani wanaweza kuogelea vizuri sana na kwa urahisi. Isitoshe, maji hayaloweshi nguo lakini hudondoka chini kama umande kwenye jani. Watu wanaweza kufurahia kuogelea wakati wowote kwa sababu wanaweza kuogelea wakiwa wamevaa nguo zao.

Maziwa yenye ukubwa tofauti tofauti na chemi chemi katika bustani

Kuna maziwa mengi yenye ukubwa mbali mbali katika ile nyumba kubwa na pana ya mbinguni. Wakati samaki wenye rangi nyingi katika maziwa wanapopunga pezi zao kana kwamba wanacheza kuwapendeza watoto wa Mungu, wanaonekana kana kwamba wanakir upendo wao kwa sauti. Pia unaweza kuwaona samaki wakibadili rangi zao. Samaki wanaopunga pezi zao zenye rangi ya fedha wanaweza kwa ghafla kubadilisha rangi na kuwa lulu.

Kuna bustani nyingi na kila bustani ina jina tofauti kulingana na uzuri wake wa kipekee na tabiza zake. Uzuri hauwezi kuelezwa vizuri kwa sababu kuna mguso wa Mungu hata kwenye kila jani.

Chemichemi pia ni tofauti kulingana na sifa za kila bustani. Kwa jumla, chemichemi huchiriza maji, lakini kuna chemichem ambazo hutoa rangi nyingi nzuri au harufu nzuri. Kuna harufu mpya ambazo huwezi kuzipata hapa dunaini, kama vile harufu za saburi ambazo unaweza kuzihisi kutoka kwenye lulu, harufu za juhudi na ari ya sardoniki, harufu ya kujitoa mhanga au uaminifu, na nyingine nyingi. Katikati ya chemichemi inayochirizwa, kuna maandishi au michoro inayoeleza maana ya kila chemichemi na kwa nini imetengenezwa.

Isitoshe, kuna majengo mengine mengi na nafasi maalum katika nyumba ile inayofanana na kasri, lakini inasikitisha kwamba vifaa hivyo vyote hawiwezi kuelezeka kwa kina. Kile kilicho muhimu ni kwamba hakuna kitu kinachotolewa bila sababu lakini kila kitu kinatuzwa mtu tu kulingana na kulingana tu na kiwango cha kazi ya mtu inayohusu ufalme na haki ya Mungu hapa duniani.

Thawabu yako ni kubwa mbinguni

Kufikia sasa lazima umetambua kwamba hii nyumba ya kimbinguni ni kubwa sana na kuu kushinda mawazo yetu. Ile kasri kubwa yenye hali ya faragha imejengwa katikati na kuna majengo mengine mengi na vifaa pamoja na bustani kubwa zilizoizunguka; nyumba hii ni kama mahali pa watalii mbinguni. Yamkini huwezi kujizuia kushangazwa kwa kuwa nyumba hii kubwa sana imeandaliwa na Mungu kwa ajili ya mtu mmoja aliyeimarishwa hapa duniani.

Basi, sababu ya Mungu kuandaa nyumba hii ya mbinguni ambayo ni kubwa kama mji, ni nini? Hebu natuangalie Mathayo 5:11-12:

Heri ninyi watakapowashutumu na kuwaudhi na kuwanenea kila neno baya kwa uongo, kwa ajili yangu. Furahini, na kushangilia; kwa kuwa thawabu yenu ni kubwa mbinguni; kwa maana ndivyo walivyowaudhi manabii waliokuwa kabla yenu.

Mtume Paulo aliteseka kwa kiasi gani katika kukamilisha ufalme wa Mungu? Aliteseka kutokana na dhiki isiyosemeka na mateso aliyopata wakati alipokuwa akimhubiri Yesu Mwokozi wa Mataifa. Tunaweza kuona kwamba alifanya kazi kwa bidii sana kwa ajili ya ufalme wa Mungu kutoka 2 Wakorintho 11:23 na kuendelea. Paulo alifungwa jela, alipigwa, au alikuwa katika hatari ya kifo mara nyingi wakati alipokuwa akihubiri injili.

Hata hivyo, Paulo hakulalamika au kuwa na kisasi lakini badala yake alifurahi kama Neno la Mungu lilivyomwamuru. Isitoshe, mlango wa umisionari wa ulimwengu kwa Mataifa ulifunguliwa kupitia Paulo. Kwa hiyo, aliingia Yerusalemu Mpya na akapata heshima inayong'aa kama jua katika Yerusalemu Mpya.

Mungu anawapenda sana wale wanaofanya kazi kwa bidii na ni waaminifu hata kuyatoa maisha yao kama sadaka, na huwabariki na kuwapa thawabu kwa vitu vingi sana mbinguni.

Mji wa Yerusalemu Mpya si wa mtu yeyote maalum, lakini ni wa yeyote anayeusafisha moyo wake ili ufanane na moyo wa Mungu mwenyewe na kutimiza kazi yake kwa bidii ndiye anayeweza kuingia.

Ninaomba katika jina la Bwana Yesu Kristo kwamba utimize moyo wa Mungu kupitia kwa maombi ya kudumu na Neno la Mungu, na utimize kazi zako kabisa ili uweze kuingia Yerusalemu Mpya na uungame kwake kwa machozi, "Ninashukuru sana kwa upendo mkuu wa Baba."

Sura ya 9

Karamu ya Kwanza Katika Yerusalemu Mpya

1. Karamu ya Kwanza Katika Yerusalemu Mpya
2. Manabii katika Kundi la Kwanza Mbinguni
3. Wanawake Warembo Machoni mwa Mungu
4. Mariamu Magdalene Akikaa Karibu an Kiti cha Enzi cha Mungu

"Basi mtu ye yote atakayevunja amri moja katika hizi zilizo ndogo, na kuwafundisha watu hivyo, ataitwa mdogo kabisa katika ufalme wa mbinguni; bali mtu atakayezitenda na kuzifundisha, huyo ataitwa mkubwa katika ufalme wa mbinguni."

- Mathayo 5:19 -

Mji mtakatifu wa Yerusalemu Mpya una kiti cha enzi cha Mungu na, miongoni mwa watu wasiohesabika wanoimarishwa duniani, wale wenye mioyo misafi na mizuri kama kioo huishi humo milele. Maisha katika Yerusalemu Mpya pamoja Mungu wa Utatu yamejaa upendo usioweza kufikirika, hisia, furaha, na raha. Watu hufurahia furaha isiyokoma na kuhudhuria ibada na karamu, na kupiga gumzo pamoja.

Ukihudhuria karamu katika Yerusalemu Mpya iliyoandaliwa na Mungu Baba mwenyewe, unaweza kutazama maonyesho na kushiriki upendo na watu wengi wasiohesabika kutoka makao mbalimbali mbinguni.

Mungu wa Utatu, ambaye alimaliza uimarishaji wa wanadamu kwa saburi nyingi, hufurahi na kuhisi furaha akiwaangalia watoto wake.

Mungu wa upendo amenifunulia kwa kina maisha ya Yerusalemu Mpya ambayo imejaa hisia kupita uelewa wetu. Sababau iliyonifanya niweze kushinda uovu kwa wema na kuwapenda maadui hata nilipokuwa nateseka bila sababu yoyote ni kwa sababu moyo wangu umejaa matumaini ya Yerusalemu Mpya.

Hebu sasa, hebu natuangalia jinsi ilivyo heri "kukamilisha moyo wa Mungu" ambao ni angavu na mzuri kama kioo pamoja na mandhari kutoka kwenye karamu ya kwanza itakayoandaliwa katika Yerusalemu Mpya kama mfano.

1. Karamu ya Kwanza Katika Yerusalemu Mpya

Kama ilivyo duniani, huko mbinguni pia kuna karamu, na kupitia kwa karamu hizi tunaweza kuelewa vizuri sana furaha ya maisha ya mbinguni. Hii ni kwa sababu kuna sehemu za heshima ambazo tunaweza kuona utajiri na uzuri wa mbinguni kwa kutazama tu na kuvifurahia. Kama vile watu duniani wanavyojipamba kwa vitu vizuri sana, na kula, kunywa na kufurahia vyakula vizuri kwenye karamu inayoandaliwa na rais wa nchi, huko mbinguni karamu itakapoandaliwa, itajaa kucheza na kuimba, na furaha.

Sauti nzuri ya sifa kutoka kwenye ukumbi

Ukumbi wa karamu wa Yerusalemu Mpya ni mkubwa sana na wa kifahari. Ukipita kwenye sehemu ya kuingilia na kuingia kwenye chumba ambacho huwezi kukiona mwisho wake kutoka pale ulipo, utasikia sauti nzuri ya mziki wa mbinguni itaongezea hisia kali ambazo tayari utakuwa umezihisi.

Mwanga ni wa ajabu
uliokuwako tangu mwanzo wa wakati.
Anaangaza kila kitu
kwa mwangaza huo wa awali.
Aliwazaa watoto wake wa kiume
na kuwaumba malaika.

Utukufu wake uko juu
juu ya mbingu na dunia
na ni wa kifahari.
Neema yake ni nzuri
neema aliyoitoa peke yake.
Aliupanua moyo wake
na kuumba ulimwengu.
Sifu upendo wake mkuu kwa midomo midogo.

Asifiwe yule Bwana
apokeaye sifa na kufurahi.
Liinue jina lake takatifu
na msifu milele.
Nuru yake ni ya ajabu
na inayopaswa kusifiwa.

Sauti ya wazi na nzuri ya mziki huyeyuka ndani ya roho na kutoa msisimko na amani kama ile anayohisi mtoto mchanga akiwa kifuani mwa mama yake.

Lango kuu la kuingilia ukumbi wa karamu lenye rangi ya kito cheupe limepambwa kwa maua ya mbinguni ya maumbo mengi na rangi nyingi na limetiwa nakshi nzuri. Unaweza kuona kwamba Mungu Baba ameandaa hata kitu kidogo namna hiyo kwa njia ya utondoti katika upendo wake mkuu kwa watoto wake katika kila pembe ya Mji wa Yerusalemu Mpya.

Kupita lango lenye rangi ya kito cheupe

Watu wengi wasiohesabika huingia kupitia lile lango kubwa na zuri la ukumba wa karamu wakiwa wamejipanga kwenye foleni, na wale waishio katika Yerusalemu Mpya huingia kwanza. Huvalia taji za dhahabu ambazo ni ndefu kushinda taji za makao mengine na zinatoa taa laini na nzuri sana. Watu huvalia vazi moja jeupe linalong'aa na kutoa taa ziwakazo sana. Kitambaa chake ni chepesi na laini kama hariri, na kinapepea huku na huko.

Vazi hilo ambalo limepambwa kwa dhahabu au aina nyingi ya vito, lina nakshi za vito zinazong'aa kwenye shingo na mikono, na aina ya vito na mtindo ni tofauti kulingana na thawabu za mtu. Uzuri na heshima ya wakaazi wa Yerusalemu Mpya ni tofauti na ule wa wakaazi wa makao mengine yote mbinguni.

Tofauti na watu wanaokaa katika Yerusalemu Mpya, watu kutoka makao mengine mbinguni sharti wapitie utaratibu fulani kuhudhuria karamu katika Yerusalemu Mpya. Watu kutoka Ufalme wa Mbinguni wa Tatu, wa Pili, wa Kwanza au kutoka Paradiso lazima wabadilishe nguo zao na kuvaa zile nguo maalum kwa ajili ya Yerusalemu Mpya. Kwa kuwa Kwa kuwa nuru ya miili ya mbinguni ni tofauti kulingana na makao mtu anayotoka, inawabidi waazime nguo zifaazo ili kutembelea makao mengine ya kiwango cha juu zaidi kuliko makao wanamoishi.

Ndiposa kuna sehemu iliyotengwa kwa ajili ya kubadilisha nguo. Kuna mavazi mengi sana ya Yerusalemu Mpya na malaika huko huwasaidia watu kubadilisha nguo. Hata hivyo, wale wa kutoka Paradiso, ijapokuwa ni wachache, lazima wabadilishe nguo wenyewe bila kusaidiwa na malaika. Wanabadilisha nguo na kuvaa zile za Yerusalemu Mpya na wanavutiwa sana na utukufu wa mavazi hayo. Bado watasikitika kwa sababu wanavaa mavazi ambayo hawapaswi kuyavaa.

Watu wa kutoka Ufalme wa Mbinguni wa Tatu, wa Pili au wa Kwanza na Paradiso lazima wabadilishe nguo zao na waonyeshe mwaliko wao kwa yule malaika aliye mlangoni wa ukumbi wa karamu ndio waingie.

Ukumbi mkubwa na ung'aao wa kuandalia karamu

Malaika wanapokuongoza kuingia katika ukumbi wa karamu, huwezi kujizuia kupigwa na bumbuazi kwa zile taa zing'aazo sana, fahari, na uzuri wa ukumbi wa karamu. Sakafu ya ukumbi inang'aa kwa rangi ya kito cheupe bila mawaa yoyote au dosari, na ina nguzo nyingi kila upande. Zile nguzo za mviringo ni safi kama kioo na ndani mmepambwa kwa aina nyingi za vito ili kuleta uzuri huu wa kipekee. Kuna shada la maua linaloning'inia kwenye kila nguzo ili kuongeza utamu na ubora wa karamu. Utafurahi na kushangaa jinsi gani wakati utakapoalikwa kwenye ukumbi uliotengenezwa kwa marumaru nyeupe na kioo king'aacho sana! Ukumbi wa karamu ya mbinguni utakuwa mzuri sana na wenye furaha, ukumbi huu umetengenezwa kwa aina nyingi ya vito vya mbinguni!

Mbele ya ukumbi wa karamu ya Yerusalemu Mpya, kuna majukwaa mawili ambayo yanakupa hisia kana kwamba umerudi nyakati za nyuma na unahudhuria kusimikwa kwa mfalme fulani wa zamani. Katikati ya jukwaa la juu zaidi kuna kiti cha enzi kikubwa cha kito cheupe cha Mungu Baba. Upande wa kulia wa kiti hiki cha enzi kuna kiti cha enzi cha Bwana na upande wa kushoto kuna kiti cha enzi cha mgeni wa heshima wa karamu ya kwanza. Viti hivi vya enzi vimezungukwa na taa zing'aazo na viko juu sana na vya kifaharri. Kwenye lile jukwaa la chini, kumepangwa viti vya manabii na vimepangwa kulingana na cheo cha mbinguni ili kuonyesha taadhima ya Mungu Baba.

Ukumbi wa karamu ni mkubwa kiasi cha kuwatosha wakaaji wengi wa mbinguni walioalikwa. Upande mmoja wa ukumbi wa karamu, kuna okestra kubwa inayoongozwa na malaika mkuu. Okestra hii hupiga mziki wa mbinguni ili kuongezea furaha na raha si tu wakati wa karamu, lakini pia kabla karamu kuanza.

Kukaa kwa kuongozwa na malaika

Wale walioingia ukumbi wa karamu hukaribishwa na malaika kwenye viti walivyopangiwa mbeleni, na watu kutoka Yerusalemu Mpya hukaa mbele, wakifuatiwa na wale wanaotoka Ufalme wa Tatu, wa Pili, wa Kwanza na Paradiso.

Wale wanaotoka katika Ufalme wa Tatu pia huvaa taji,

ambazo ni tofauti kabisa na taji za Yerusalemu Mpya, na wanapaswa kuweka alama ya duara upande wa kulia wa taji hizo ili kuwatofautisha na watu wa kutoka Yerusalemu Mpya. Wale wanaotoka Ufalme wa Pili na wa Kwana lazima waweke alama ya duara upande wa kushoto wa vifua vyao ili waweze kutofautishwa moja kwa moja na watu wa Ufalme wa Tatu au Yerusalemu Mpya. Watu wanaotoka Ufalme wa Pili na wa Kwanza huvaa taji, lakini watu kutoka Paradiso hawana taji zozote za kuvaa.

Wale walioalikwa kwenye karamu ya Yerusalemu Mpya huketi kwenye viti vyao na kusubiri kuwasili kwa Mungu Baba, ambaye ndiye mwenyeji wa karamu hiyo, huku akilini mwao wakijaa sifa kedekede, wakirekebisha mavazi yao na kadhalika. Wakati tarumbeta inapopigwa kuashiria kuwasili kwa Baba, watu wote kwenye karamu husimama kumpokea mwenyeji waot. Kufikia wakati huu, wale ambao hawajaalikwa kwenye karamu bado wanaweza kushiriki sherehe hiyo kupitia urushaji sambamba wa matangazo kupitia vifaa vilivyowekwa katika makao yao kila mahali mbinguni.

Baba anaingia kwenye ukumbi baada ya tarumbeta kupigwa

Wakati tarumbeta inapopigwa, malaika wengi wakuu ambao huandamana na Mungu Baba wataingia kwanza, na kisha kina baba wa imani watafuata. Sasa kila mtu na kila kitu kiko tayari kumpokea Mungu Baba. Wale watu wanaotazama mandhari hii hujaa hamu ya kumwona Baba na Bwana, na hukaza macho yao mbele.

Hatimaye, kwa taa tukufu na zing'aazo, Mungu Baba huingia. Mwonekano wake ni wa kifahari na wa heshima kubwa, lakini wakati huo huo ni wa upole na mtakatifu. Nywele zake laini zenye mawimbi zinang'aa kama dhahabu, na taa zing'aazo sana hutoka usoni mwake na mwilini mwake mwote kiasi kwamba watu hawawezi hata kufungua macho yao vizuri.

Mungu Baba atakapokuja kwenye kiti cha enzi, jeshi la mbinguni na malaika, manabii waliokuwa wanasubiri jukwaani, na watu wote katika ukumbi wa karamu huinamisha vichwa vyao kumwabudu. Ni heshima kubwa sisi kama viumbe kumwona Mungu Baba, Muumba na Mtawala wa kila kitu. Hii ni hali ya kufurahisha sana na yenye kuleta hisia! Hata hivyo, si wageni wote wanaweza kumwona. Watu kutoka Paradiso, Ufalme wa Kwanza na wa Pili hawawezi kuinua nyuso zao kwa sababu ya mwangaza mkali. Watalia machozi ya furaha na hisia za shukrani kwa fursa ya kuweza kuhudhuria karamu hii.

Bwana anamtambulisha mgeni wa heshima

Baada ya Mungu Baba kuketi kwenye kiti chake cha enzi, Bwana ataingia huku akikaribishwa na malaika mzuri na mkuu. Amevalia taji ndefu na ya kifahari na vazi refu jeupe linalong'aa. Anaonekana mwenye hadhi kubwa na aliyejaa fahari. Bwana atamwinamia Mungu Baba kwa kumwonyesha heshima, atapokea ibada ya malaika, manabii watu wengine wote, na atawarudishia tabasamu. Mungu Baba akiwa ameketi kwenye kiti cha enzi anafurahishwa kuwatazama watu wote wanaohudhuria karamu.

Bwana ataelekea kwenye jukwaa na kumtambulisha mgeni wa heshima wa karamu ya kwanza, na atasimulia kwa kina kila kitu juu ya huduma yake iliyosaidia kukamilisha uimarishaji wa mwanadamu. Baadhi ya watu waliohudhuria karamu watashangaa yeye ni nani, na wale wanaomjua watamsikiza Bwana kwa matarajio makubwa.

Hatimaye, Bwana atamaliza kutoa hotuba yake kwa kueleza jinsi mtu huyu alivyompenda Mungu Baba, jinsi alivyojaribu kuokoa nafsi nyingji, na jinsi alivyokamilisha kikamilifu mapenzi ya Mungu. Kisha, Mungu Baba atagubikwa na furaha na kusimama kumkaribisha mgeni wa heshima wa karamu ya kwanza, kama vile baba anavyomkaribisha mwanawe aliyerudi nyumbani na mafanikio, kama mfalme anayempokea jenerali aliyeshinda vita. Katika ukumbi wa karamu uliojaa matarajio na kutetemeka, tarumbeta hupigwa kwa mara nyingine na kisha mgeni wa heshima huingia, huku aking'aa sana.

Amevalia taji ndefu na ya kifahari na a kanzu nyeupa kama ile ya Bwana. Pia anaonekana kwenye heshima kubwa lakini watu wanaweza kuhisi upole wake na rehema zake kutoka kwenye uso wake unaofanana na Mungu Baba.

Wakati mgeni wa heshima wa karamu ya kwanza anapoingia, watu husimama na kuanza kushangilia huku wakiwa wameiinua mikoni yao kana kwamba wanatengeneza wimbi. Wanageuka na kufurahi pamoja na wengine huku wakikumbatiana. Kwa mfano, katika mechi ya mwisho ya Kombe la Dunia, wakati mpita unapompita golikipa kuleta ushindi, watu wote ile nchi iliyoshinda waliohudhuria mechi au wanaotazama wakiwa nyumbani hufurahi na kushangalia, huku wakikumbatiana, wakisalimiana kwa kupatiana tano, na kadhalika. Vivyo hivyo, ukumbi wa karamu katika Yerusalemu Mpya umejaa kelele za furaha.

2. Manabii katika Kundi la Kwanza Mbinguni

Sasa ni nini basi tunachopaswa kutenda ili tuwe wakaazi wa Yerusalem Mpya na tuhudhurie karamu ya kwanza? Tunapaswa kuwa tumempokea Yesu Kristo na kumpokea Roho Mtakatifu kama karama, na pia kuwa na matunda tisa ya Roho Mtakatifu na kufanana na Mungu moyo wa Mungu ulio safi na mzuri kama kioo. Huko mbinguni, mpangilio unaamuliwa na kile kiwango ambacho mtu ametakaswa ili afanane na moyo wa Mungu.

Hivyo, hata katika ile karamu ya kwanza katika katika Yerusalemu Mpya, manabii huingia kulingana na kiwango chao cha mbinguni wakati Mungu Baba anapoingia kwenye ukumbi. Wale manabii wa juu au kina baba wengine wa imani wako kwenye cheo, na wanaweza kusimama karibu na kiti cha enzi cha Mungu. Vivyo hivyo, kwa kuwa mbinguni kunatawalwa katika mpangilio unaotegemea vyeo, tunajua lazima tufanane na moyo wa Mungu ili tukae karibu na kiti chake cha enzi.

Sasa natuangalie aina ya moyo ulio safi na mzuri kama kioo, kama moyo wa Mungu na jinsi tunavyoweza kufanana nao kikamilifu kupitia maisha ya manabii katika kundi lililopewa cheo cha kwanza mbinguni.

Eliya aliinuliwa kwenda mbinguni bila kuona mauti

Kati ya wanadamu wote walioimarishwa duniani, aliye na cheo kikubwa zaidi ni Eliya. Kupitia Biblia unaweza kwamba kila kipengee cha maisha ya Eliya kilishuhudia juu ya Mungu aliye hai, aliye Mungu wa kweli pekee. Alikuwa nabii wakati wa mfalme Ahabu katika ufalme wa kaskazini wa Israeli, ambako kuabudu sanamu kulikuwa kumeenea sana. Aliwasuta manabii 850 walioabudu sanamu na kuleta moto kutoka mbinguni. Elija pia alileta mvua kubwa baada ya ukame wa miaka mitatu na nusu.

Eliya alikuwa mwanadamu mwenye tabia moja kama sisi, akaomba kwa bidii mvua isinyeshe, na mvua haikunyesha juu ya nchi muda wa miaka mitatu na miezi sita. Akaomba tena, mbingu zikatoa mvua, nayo nchi ikazaa matunda yake (Yakobo 5:17-18).

Zaidi ya hayo, kupitia Eliya, konzi moja ya unga kwenye gudulia na mafuta kidogo katika jagi vilidumu hadi kipindi cha njaa kikaisha. Alimfufua mwana wa kiume wa mama mjane na kuyagawa maji ya Mto Yordani. Mwishowe, alinyakuliwa na upepo wa kisulisuli na akaenda mbinguni (2 Wafalme 2:11).

Nini basi sababu ya Eliya, aliyekuwa binadamu kama sisi, kuweza kutenda miujiza ya Mungu na kuepuka mauti? Hii ni kwa sababu alikamilisha moyo ulio safi na mzuri kama kioo unaofanana na Mungu kupitia majaribu mengi wakati wa maisha yake. Eliya alimtegemea Mungu kikamilifu katika aina zote za hali hapa duniani na alimtii yeye wakati wote.

Mungu alipomwamuru, nabii alikwenda mbele ya mfalme Ahabu aliyekuwa anajaribu kumuua na kutangaza kwamba Mungu ndiye Mungu wa kweli, alitangaza hivyo mbele ya watu wengi wasiohesabika. Hiyo ndiyo sababu ya yeye kupokea nguvu za Mungu, na pia ndivyo alivyopokea nguvu hizo. Alidhihirisha nguvu za Mungu sana ili amtukuze Mungu sana, na akafurahia heshima na utukufu milele.

Henoko alitembea na Mungu kwa miaka 300

Hebu natumwangalie Henoko. Kama vile Eliya, Henoko aliinuliwa mbinguni pasipo kuonja mauti. Ijapokuwa Biblia haimtaji sana, tunaweza kuhisi jinsi alivyofanana na moyo wa

Mungu.

Henoko akaishi miaka sitini na mitano, akamzaa Methusela. Henoko akaenda pamoja na Mungu baada ya kumzaa Methusela miaka mia tatu, akazaa wana, waume na wake. Siku zote za Henoko ni miaka mia tatu na sitini na mitano. Henoko akaenda pamoja na Mungu, naye akatoweka, maana Mungu alimtwaa (Mwanzo 5:21-24).

Henoko alianza kuenda pamoja na Mungu akiwa na umri wa miaka sitini na mitano. Alipendeza sana machoni pa Mungu kwa sababu alifanana na moyo wa Mungu. Mungu aliwasiliana naye kwa kina sana, alitembea naye kwa miaka 300, na akamchukua akiwa hai na kumweka karibu na yeye Mungu mwenyewe. Hapa, "kuenda pamoja na Mungu" kunamaanisha kwamba Mungu yuko na mtu huyo katika kila kitu, na Mungu alikuwa na Henoko kila alipoenda kwa karne tatu.

Ukienda safari, ungependa kuandamana na mtu wa aina gani? Safari inaweza kuwa ya kupendeza ikiwa utaandamana ambaye unaweza kumwambia mawazo yako. Kwa njia hiyo hiyo, tunatambua kwamba Henoko alikuwa kitu kimoja na Mungu moyoni na hivyo aliweza kuenenda na Mungu.

Kwa kuwa Mungu kusema kweli ni nuru, wema, na upendo, lazima tusiwe na giza lolote ndani yetu ili tuweze kuenenda na Mungu lakini badala yake tuwe na wema na upende. Henoko alijiweka katika hali ya utakatifu hata ijapokuwa alikuwa anaishi katika ulimwengu wa dhambi. Alipeleka mapenzi ya Mungu kwa watu (Yuda 1:14). Biblia haisemi kwamba alitenda kitu kikubwa au alitenda kazi maalumi. Bado, kwa sababu Henoko alimcha Mungu kabisa moyoni mwake, aliepuka uovu, na kuishi maisha ya utakaso ili aweze kuenenda naye, Mungu alimchukua na kumweka karibu naye haraka.

Kwa hiyo, Waebrania 11:5 inatuambia, "Kwa imani Henoko alihamishwa, asije akaona mauti, wala hakuonekana, kwa sababu Mungu alimhamisha; maana kabla ya kuhamishwa alikuwa ameshuhudiwa kwamba amempendeza Mungu." Vivyo hivyo, Henoko aliyekuwa na aina ya imani ya kumpendeza Mungu, alibarikiwa kuenenda na Mungu wakati wote, alihamishwa kwenda mbinguni bila kuona mauti, na akawa wa pili katika cheo mbinguni.

Ibrahimu aliitwa rafiki wa Mungu

Sasa, Ibrahimu alikuwa na aina gani ya moyo mzuri hata akaitwa rafiki wa Mungu na kupewa cheo cha tatu mbinguni?

Ibrahimu alimwamini Mungu kabisa na akamtii kikamilifu. Wakati alipokuwa akiiacha nchi ya kwao kufuatana na amri ya Mungu, hata hakujua alikokuwa akielekea lakini kwa kutii aliacha mji wa kwao na msingi wake wa kiuchumi. Zaidi ya hayo, alipoamriwa na Mungu kumtoa mwanawe Isaka kama sadaka ya kuteketezwa, alitii mara moja. Alimzaa Isaka akiwa na miaka 100. Alimwamini Mungu ambaye ni mwema na mwenye nguvu zote, na ambaye angeweza kuwafufua wafu.

Ibrahimu hakuwa na ubinafsi kamwe. Kwa mfano, wakati Lutu, mwana wa nduguye na mali zake zilipokuwa nyingi kiasi kwamba hawakuweza kukaa pamoja, Ibrahimu alimruhusu Lutu awe wa kwaza kufanya uamuzi, akisema, "Basi, usiwepo ugomvi, nakusihi, kati ya mimi na wewe, wala kati ya wachungaji wangu na wachungaji wako; maana sisi tu ndugu. Je! Nchi yote haiko mbele yako? Basi ujitenge nami, nakusihi; ukienda upande wa kushoto, nitakwenda upande wa kuume; ukienda upande wa kuume, nitakwenda upande wa kushoto" (Mwanzo 13:8-9).

Wakati mmoja, wafalme wengi waliungana na wakavamia Sodama na Gomora na wakateka mali zote na vyakula pamoja na huyo Lutu, mtoto wa nduguye aliyekuwa akiishi Sodoma. Kisha Ibrahimu, akachukua wanaume 318 waliozaliwa na kufundishwa nyumbani mwake, wakawafuata wale wafalme na kuzirudisha zile mali na vyakula. Mfalme wa Sodoma alitaka kumpa Ibrahimu baadhi ya zile mali zilizohifadhiwa kama zawadi ya shukrani, lakini Ibrahimu akakataa. Ibrahimu alifanya hivyo ili kuonyesha kwamba baraka zake zinatoka kwa Mungu pekee. Vivyo hivyo, Ibrahimu alitii kwa imani kwa ajili ya utukufu wa Mungu kwa moyo safi na mzuri kama kioo. Hii ndiyo sababu Mungu alimbariki sana hapa duniani na vilevile mbinguni.

Musa, kiongozi wa Kutoka

Musa, kiongozi wa Kutoka alikuwa na moyo wa aina gani, hivi kwamba ameorodheshwa wa nne katika cheo mbinguni? Hesabu 12:3 inatuambia, "Basi huyo mtu, huyo Musa, alikuwa mpole sana zaidi ya wanadamu wote waliokuwa juu ya uso wa nchi."

Katika Yuda kuna tukio ambapo malaika mkuu Mikaeli anabishana na ibilisi kuhusu mwili wa Musa, na hii ni kwa sababu Musa alikuwa na sifa za kuinuliwa na kwenda mbinguni bila kuona mauti. Wakati Musa alipokuwa mwana wa mfalme Misri, aliwahi kumuua Mmisri mmoja aliyekuwa anampiga Mwebrania. Kwa sababu ya hili ibilisi alikuwa analaumu kwamba ilibidi Musa aone mauti.

Hata hivyo, malaika mkuu Mikaeli alibishana na ibilisi, akisema kwamba Musa alitupilia mbali dhambi zake zote na uovu na alikuwa na sifa za kuinuliwa juu. Katika Mathayo 17, tunasoma kwamba Musa na Eliya walishuka chini kutoka mbinguni ili kufanya mazungumzo na Yesu. Kutokana na ukweli huu tunaweza kujua kile kilichotendeka kwa mwili wa Musa.

Musa alikuwa hana budi kutoroka kutoka kasri ya Farao kwa sababu ya mauaji aliyotekeleza. Kisha akachunga kondoo jangwani kwa miaka arubaini. Kupitia majaribu jangwani, Musa alikivunja kiburi chake chote, tamaa zake, na haki yake mwenyewe aliyokuwa nayo kama mwana wa mfalme katika kasri ya Farao. Baada ya hapo Mungu alimpa kazi ya kuwatoa Waisraeli Misri.

Sasa Musa, ambaye wakati mmoja aliua mtu na kutoroka, alirudi kwa Farao tena na kuwatoa Waisraeli Misri. Waisraeli walikuwa watumwa Misri kwa muda wa miaka 400. Jambo hili lilionekana haliwezekani kwa mawazo ya kibinadamu, lakini Musa akamtii Mungu na kwenda kwa Farao. Si kila mtu anaweza kuwa kiongozi na kuwatoa mamilioni ya watu wa Israeli kutoka Misri na kuwaongoza hadi nchi ya Kanaani. Ndiposa Mungu alimsafisha Musa jangwani kwa miaka arubaini na akamfanya kuwa chombo kikubwa ambacho kingekumbalia na kuwavumilia Waisraeli wote. Katika njia hii, Musa alikuwa mtu ambaye aliweza kutii kiasi cha kuwa tayari kufa kupitia kwa mateso na aliweza kutekeleza jukumu la kuongoza mchakato wa Kutoka. Tunaweza kuona kwa urahisi katika Biblia jinsi Musa alivyokuwa mtu mkubwa.

Musa akarejea kwa BWANA akasema, Aa! Watu hawa wametenda dhambi kuu wamejifanyia miungu ya dhahabu. Walakini sasa, ikiwa utawasamehe dhambi yao – na kama sivyo, unifute, nakusihi, katika kitabu chako ulichoandika!" (Kutoka 32:31-32)

Musa alijua vizuri kwamba kufutwa kwa jina lake kutoka

katika kitabu cha BWANA hakukumaanisha kifo cha mwili tu. Alijua vizuri kwamba wale ambao majina yao hayakuandikwa katika Kitabu cha Uzima watatupwa katika moto wa jehanamu, ambayo ni mauti ya milele, na wateseke huko milele. Musa alikuwa tayari kuchukua mauti ya milele kwa ajili ya msamaha wa dhambai za wale watu.

Mungu angehisi nini wakati akimtazama huyu Musa? Mungu alipendezwa sana naye kwa sababu aliuelewa moyo wa Mungu vizuri sana, moyo unaochukia dhambi na huku bado anataka kuwaokoa wenye dhambi; Mungu aliyajibu maombi yake. Mungu alimuona Musa pekee kuwa wa thamani sana kuliko Waisraeli wote kwa sababu alikuwa na moyo uliokuwa sawa machoni mwa Mungu na alikuwa mtakatifu na safi kama maji ya uzima yatokayo kwenye kiti chake cha enzi.

Ikiwa kuna almasi yenye kubwa wa chembe ya maharagwe isiyo na mawaa yoyote au dosari, na mamia ya mawe yenye ukubwa wa ngumi, ni gani ungeona kuwa na thamani? Hakuna mtu anayeweza kubadilisha kipande cha alamsi kwa mawe ya kawaida.

Kwa hiyo, kwa kutambua thamani ya Musa peke yake, aliyekamilisha moyo wa Mungu ndani yake, lilikuwa jambo kubwa kushinda Waisraeli wote wakiwekwa pamoja, sharti tuwe na mioyo iliyo safi na mizuri kama kioo.

Paulo, mtume kwa Mataifa

Watano katika vyeo vya mbinguni ni mtume Paulo ambaye aliyatoa maisha yake kueneza injili kwa Mataifa. Hata ijapokuwa alikuwa mwaminifu kwa ajili ya ufalme wa Mungu kufikia kiwango cha kuwa tayari kufa, huku akiwa na ari kubwa, kwa upande fulani akilini mwake wakati wote alisikitika kwa sababu alikuwa amewatesa wale waliomwamini Yesu Kristo kabla kumpokea Bwana. Ndiposa alisema hivi katika 1 Wakorintho 15:9, "Maana mimi ni mdogo katika mitume, nisiyestahili kuitwa mitume, kwa sababu naliliudhi Kanisa la Mungu."

Hata hivyo, kwa kuwa alikuwa chombo kizuri sana, Mungu alimchagua na akamsafisha, na akamtumia kama mtume kwa Mataifa. 2 Wakorintho 11:23 na kuendelea inaeleza kwa kina mateso mengi aliyopata wakati akihubiri injili, na tunaweza kuona kwamba aliteseka sana kiasi kwamba alikata tamaa hata ya kuishi. Alipigwa mijeledi na kufungwa jela mara nyingi. Alipigwa viboko arubaini kasoro moja, alipigwa viboko hivyo mara tano na Wayahudi; alipigwa kwa bakora mara tatu; alipigwa mawe mara moja; alivunjikiwa na jahazi mara tatu, kuchwa kucha alipata kukaa kilindini; mara kwa mara alikosa usingizi; alipatwa na njaa na kiu na mara kwa mara alilala njaa; alikumbwa na baridi na kukosa nguo za kuvaa (2 Wakorintho 11:23-27).

Paulo aliteseka sana hadi akakiri maneno haya katika 1 Wakorintho 4:9, "Maana nadhani ya kuwa Mungu ametutoa sisi mitume mwisho, kama watu waliohukumiwa wauawe; kwa sababu tumekuwa tamasha kwa dunia; kwa malaika na wanadamu."

Kwa nini basi, Mungu aliruhusu mateso mengi na masumbufu yampate Paulo ambaye alikuwa ni mwaminifu kiasi cha kuwa tayari kufa? Mungu alikuwa anaweza kumlinda Paulo kutokana na mateso yote lakini alitaka Paulo awe na moyo ulio safi na mzuri kama bilauri kupitia kwa mateso hayo. Pamoja na hayo, mtume Paulo angeweza kupata faraja na furaha tu katika Mungu, angejikana kabisa, na kuwa na umbo timilifu la Kristo. Sasa alikuwa anaweza kukiri maneno haya katika 2 Wakorintho 11:28, "Baghairi ya mambo ya nje, yako yanijiayo kila siku, ndiyo maangalizi ya makanisa yote."

He also confessed katika Romans 9:3, "Kwa maana ningeweza kuomba mimi mwenyewe niharimishwe na kutengwa na Kristo kwa ajili ya ndugu zangu, jamaa zangu kwa jinsi ya mwili." Paulo, aliyekuwa na moyo wa aina hii ulio safi na mzuri kama bilauri, hangeweza tu kuingia Yerusalemu Mpya lakini pia angeweza kukaa karibu na kiti cha enzi cha Mungu.

3. Wanawale Warembo Machoni mwa Mungu

Tayari tumeangalia karamu ya kwanza ya Yerusalemu Mpya. Mungu Baba atakapoingia kwenye ukumbi, kutakuwa na mwanamke nyuma yake. Anamhudumia Mungu Baba akiwa amevalia vazi jeupe ambalo linakaribia kugusa sakafu na limepambwa kwa aina nyingi ya vito. Mwanamke huyu ni Mariamu Magdalene. Tukizingatia mazingira ya wakati huo ambapo wanawake kufanya kazi za hadharani lilikuwa jambo adimu, hangeweza kufanya hivyo kukamilisha ufalme wa Mungu, lakini kwa sababu alikuwa mwanamke mrembo sana machoni mwa Mungu, angeweza kuingia sehemu inayoheshimiwa zaidi mbinguni.

Kama vile kulivyo na vyeo miongoni mwa manabii kulingana na kiwango chao cha kufanana na moyo wa Mungu, vile vile wanawake huko mbinguni, wana mpangilio wao wa vyeo kulingana na kiasi kile walichokubaliwa na kupendwa na Mungu.

Sasa, wanawake wa aina hiyo waliishi maisha ya aina gani hata kumfanya Mungu awakubali na kuwapenda na kufanyika watu wa heshima mbinguni?

Mariamu Magdalene kwanza alikutana na Bwana aliyefufuka

Mwanamke anayependwa zaidi na Mungu ni Mariamu Magdalene. Kwa muda mrefu, alikuwa amefungwa na nguvu za giza, na alibezwa na kudhihakiwa na wengine, na aliugua magonjwa mbalimbali. Katika moja ya siku hizo ngumu, alisikia habari za Yesu, hivyo akaandaa manukato ya ghali na akamwendea. Alisikia kwamba Yesu alikuwa amengia nyumbani kwa mmoja wa Mafarisayo naye akaenda huko, lakini hata hivyo hangethubutu kwenda mbele zake hata ijapokuwa alitamani kumwona kwa muda mrefu sana. Alienda nyuma yake, akalowesha miguu yake kwa machozi yake, kisha akaipangusa kwa nywele zake, na kisha akaivunja chupa ya manukato na kuyamwaga mbele zake. Aliwekwa huru kutokana uchungu wa magonjwa kupitia kwa kitendo hiki cha imani, naya akashukuru sana. Tangu wakati huo na kuendelea, alimpenda Yesu sana na akamfuata popote alipoenda, na akawa mwanamke mrembo sana aliyetoa maisha yake yote kwa ajili ya Yesu (Luka 8:1-3).

Alimfuata Yesu hata wakati alipoangikwa msalabani na kukata roho. Alimfuata hata ijapokuwa alijua kwamba kuwepo kwake pale kungegharimu maisha yake. Mariamu alipita kiwango cha kulipa neema aliyopokea, lakini alimfuata Yesu, na kujitoa kwa kila kitu, yakiwemo maisha yake mwenyewe.

Mariamu Magdalene, aliyempenda Yesu sana, alikuwa mtu wa kwanza kukutana na Bwana baada ya kufufuka kwake. Alifanyika mwanamke mkuu zaidi katika historia ya mwanadamu kwa sababu alikuwa na moyo mzuri sana na matendo mazuri ambaye yaliweza kumgusa hata Mungu.

Bikira Mariamu alibarikiwa kubeba mimba ya Yesu

Wa pili miongoni mwa wanawake warembo machoni mwa Mungu ni Bikira Mariamu, aliyebarikiwa kubeba mimba ya Yesu, aliyekuwa Mwokozi wa wanadamu wote. Yapata miaka 2,000 iliyopita, ilibidi Yesu aje katika mwili kuwakomboa wanadamu wote kutokana na dhambi zao. Ili hili liweze kutimia, kulihitajika mwanamke afaaye machoni mwa Mungu naye huyo alikuwa Mariamu, ambaye wakati huo alikuwa amechumbiwa na Yusufu, huyo ndiye aliyechaguliwa. Mungu alimjulisha mapema kupitia malaika mkuu Gabrieli kwamba angepata mimba kwa uwezo wa Roho Mtakatifu na kumzaa Yesu. Mariamu hakuhusisha wazo lolote la kibinadamu lakini alikiri imani yake kwa ujasiri, "Tazama mimi ni mjakazi wa Bwana; na iwe kwangu kama ulivyosema" (Luka 1:26-38).

Nyakati hizo ikiwa bikira angepata mimba, hangedhihakiwa tu hadharani bali pia angepigwa mawe hadi kufa. Hii ni kulingana na Sheria ya Musa. Hata hivyo, aliamini kabisa moyoni mwake kwamba kwa Mungu hakuna lisilowezekana na akaomba itendeke kama alivyosema. Alikuwa na moyo mzuri kiasi cha kulitii neno la Mungu hata ikiwa kufanya hivyo kungegharimu maisha yake. Bila shaka alifurahi sana na kushukuru wakati alipopata mimba ya Yesu au alipotazama akikua katika nguvu za Mungu! Ilikuwa baraka sana jambo hilo kutendeka kwa Mariamu, kiumbe tu.

Ndiposa alijawa na furaha sana kumtazama Yesu, na alimtumikia na kumpenda sana kushina maisha yake mwenyewe. Katika njia hii, Bikira Mariamu alibarikiwa sana na Mungu na kupokea utukufu wa milele karibu na Mariamu Magdalene miongoni mwa wanawake wote mbinguni.

Esta hakuogopa chochote kwa ajili ya kutenda mapenzi ya Mungu

Esta, ambaye aliwatumikia watu wake kwa ujasiri kwa imani na upendo, alifanyika mwanamke mrembo machoni mwa Mungu na akapata cheo chenye heshima kubwa sana mbinguni.

Baada ya Ahasuero mfalme wa Uajemi kumshusha cheo cha umalkia Vashti, Esta alichaguliwa miongoni mwa wanawake wengi warembo kuchukua nafasi malkia hata ijapokuwa alikuwa Myahudi. Alipenda na mfalme na watu wengine wengi kwa sababu hakujaribu kujionyesha au kuwa na kiburi, lakini badala yake alijipamba kwa usafi na kujikwatua hata ijapokuwa tayari alikuwa ni mrembo sana.

Wakati huo huo, alipokuwa katika hadhi yake hiyo ya malkia, Wayahudi walikumbwa na janga kubwa. Hamani Mwagagi, ambaye alipendelewa na mfalme, alikasirika sana wakati Myahudi mmoja kwa jina Mordekai alipokataa kumwinamia au kumpa heshuma. Hivyo, akapanga njama ya kuwaangamiza Wayahudi wote katika Uajemi, naye akapewa ruhusa na mfalme kutekeleza jambo hilo.

Esta alifunga kwa siku tatu kwa ajili ya watu wake na kisha akaamua kwenda kwa mfalme (Esta 4:16). Kulingana na sheria ya uajemi wakati huo, ikiwa mtu yeyote alimwendea mfalme bila kuitwa, basi aliauwa, isipokuwa ikiwa mfalme atamnyoshea fimbo yake ya dhahabu. Baada ya kufunga kwa siku tatu, Esta alimtegemea Mungu na akaenda kwa mfalme huku akijisemea, "Kama ni kufa na nife." Mungu akaingilia kati, na Hamani ambaye alikuwa amepanga njama ya kuwaangamiza Wayahudi, akauawa yeye mwenyewe. Esta hakuwaokoa watu wake tu bali pia alipenda hata zaidi na mfalme.

Vivyo hivyo, Esta alikubaliwa kuwa mwanamke mrembo na kufikia cheo cha utukufu mbinguni kwa sababu alikuwa na nguvu katika ukweli na alikuwa na ujasiri wa kuyatoa maisha yake mwenyewe alimradi alikuwa anafuata mapenzi ya Mungu.

Ruthu alikuwa na moyo mzuri na ulio mwema

Sasa, natuangalie maisha ya Ruthu, ambaye alikubaliwa kama mwanamke mrembo machoni mwa Mungu na amekuwa mmoja wa wanawake wakuu mbinguni. Je, alikuwa na moyo na matendo ya aina gani kiasi cha kumpendeza Mungu na kubarikiwa?

Ruthu wa kutoka Moabu alimuoa Mwisraeli ambaye familia yake ilikwenda Moabu kwa sababu ya njaa, lakini punde si punde akampoteza mumewe. Wanaume wote katika jamii yake walikufa mapema, kwa hiyo alikuwa akiishi na mama vyaa Naomi na wifi yake Orpa. Naomi, alijali maisha yao ya baadaye hivyo akapendekeza hao wakaza wanawe warudi kwao kwa kuzaliwa. Orpa aliondoka huku akilia machozi mbele ya Naomi lakini Ruthu alibaki, na akasema maneno yafuatayo yaliyojaa hisia kali:

Usinisihi nikuache, nirejee nisifuatane nawe; Maana wewe uendako nitakwenda; Na wewe ukaapo nitakaa. Watu wako watakuwa watu wangu, Na Mungu wako atakuwa Mungu wangu. Pale utakapokufa nitakufa nami, Na papo hapo nitazikwa; BWANA anitendee hivyo na kuzidi, Ila kufa tu kutatutenga wewe nami.

Kwa kuwa Ruthu alikuwa na aina hii ya moyo mzuri, hakuangalia faida zake mwenyewe lakini alifuata wema hata ijapo ungemdhuru, na akatekeleza kazi yake kwa uaminifu akimtumikia mavyaa wake kwa furaha.

Matendo ya Ruthu ya kumtumikia mavyaa wake yalikuwa mazuri sana hivi kwamba kijiji chote kilifahamu uaminifu wa Ruthu na wakampenda. Hatimaye, kwa msaada wa mavyaa wake, aliolewa na bwana mmoja aliyeitwa Boazi, mkombozi wa jamaa.

Akajifungua mtoto wa kiume na akawa nyanya wa mfalme Daudi (Ruthu 4:13-17). Zaidi ya hayo, Ruthu alibarikiwa kuorodheshwa katika ukoo wa Yesu hata ijapokuwa alikuwa mwanamke wa Mataifa (Mathayo 1:5-6), na akawa mmoja wa wanawake warembo zaidi mbinguni, karibu na Esta.

4. Mariamu Magdalene Akikaa Karibu na Kiti ch Enzi cha Mungu

Nini sababu ya Mungu kutufahamisha juu ya karamu ya kwanza ya Yerusalemu Mpya na mpangilio wa manabii na wanawake? Mungu wa upendo hapendi tu watu wote waupokee wokovu na kufika katika ufalme wa mbinguni, lakini pia wafanane na moyo wake ili waweze kukaa karibu na kiti chake cha enzi katika Yerusalemu Mpya.

Ili tuweze kupokea heshima ya kukaa karibu na kiti cha enzi cha Mungu katika Yerusalemu Mpya, mioyo yetu lazima ifanane na moyo wake ulio safi na mzuri kama bilauri. Lazima tukamilishe moyo safi kama ile misingi kumi na miwili ya kuta za Mji wa Yerusalemu Mpya.

Kwa hiyo, tangu sasa na kuendelea, tutaenda kuangalia maisha ya Mariamu Magdalene, ambaye anamtumikia Mungu Baba huku akikaa karibu na kiti chake cha enzi. Wakati nilipokuwa nikiomba kwa ajili ya "Mihadhara ya Injili ya Yohana," Nilikuja kufahamu kwa kina sana juu ya maisha ya Mariamu Magdalene kupitia kwa pumzi ya Roho Mtakatifu. Mungu alinifunulia aina ya jamii ambamo Mariamu Magdalene alizaliwa, jinsi alivyoishi, na jinsi angalivyofurahia maisha ya raha baada ya kukutana na Yesu Mwokozi wetu. Ni matumaini yangu kwamba utafuata moyo wake mzuri na mwema wa kujilaumu mwenyewe katika kila kitu na maisha yake ya upendo kwa Bwana ili wewe pia upate heshima ya kukaa karibu na kiti cha enzi cha Mungu.

Alizaliwa katika jamii ya waabuduo sanamu

Aliitwa "Mariamu Magdalene" kwa sababu alizaliwa katika kijiji kiitwacho "Magdalene" ambacho kilikuwa kimejaa watu wanaoabudu sanamu. Familia yake haikuachwa nje; laana ilikuwa imeiangakulia familia yake katika vizazi vingi kwa sababa ya kuabudu sanamu kulikokuwa kumekita mizizi na kulikuwa na shida nyingi.

Mariamu Magdalene, ambaye alizaliwa katika mazingira mabaya sana ya kiroho, hakuweza kula vizuri kwa sababu ya matatizo ya tumbo. Pia, kwa sababu wakati mwingi alikuwa mdhaifu kimwili, mwili wake ulikuwa katika hatari ya kuambukizwa aina nyingi za magonjwa. Isitoshe, hata hedhi zake zilikoma katika umri mdogo na kwa hiyo alipoteza kazi muhimu kama mwanamke. Ndiposa wakati alikaa nyumbani kwake na kujidhalilisha kana kwamba hakuwepo. Hata hivyo, hata ijapokuwa alikuwa akidhihakiwa na kutendewa vibaya na hata na watu wa familia yake, hakulalamika kamwe juu yao. Badala yake, aliwaelewa na akajaribu kuwa chanzo cha kuwatia moyo, kwa kujilaumu yeye mwenyewe. Alipotambua kwamba hangeweza kuitia nguvu familia yake lakini alikuwa alibaki kuwa mzigo kwao, aliiacha familia yake. Hii haikuwa kwa sababu ya chuki au kwa mabaya aliyotendewa lakini ilikuwa tu ni kwa sababu hakutaka kuwa mzigo kwao.

Alijaribu alivyoweza, alichukua lawama zote yeye mwenyewe

Wakati huo huo, alikutana na mwanaume na akajaribu kumtegemea, lakini mwanaume huyo alikuwa mwovu sana. Hakujaribu kuisadia familia yake lakini badala yake alipenda kucheza kamari. Alimwomba Mariamu Magdalene ampe peza zaidi, na mara kwa mara akimfokea na kumpiga.

Mariamu Magdalene alianza kufanya kazi ya ushonaji wakati akitafuta kazi nyingine ya kudumu ya kumpatia mapato. Lakini bado kwa sababu alikuwa mdhaifu na alifanya kazi kutwa nzima, alidhoofika hata zaidi hivi kwamba ikabidi amtegemee mtu wa kumwinua na kumtembeza. Hata hivyo, hata ijapokuwa alikuwa akimsaidia huyo mwanaume, hakuwa hata na shukrani kwake badala yake alimdhalilisha na kumkandamiza. Mariamu Magdalene hakumchukia lakini badala yake alijisikitia kuona kwamba hakuweza kumsaidia huyo mwanaume kwa sababu ya udhaifu wa mwili wake, na hivyo akaona yote aliyotendewa kuwa sawa.

Wakati akiwa katika hali hiyo mbaya, akiwa ameachwa na wazazi wake, ndugu zake, na huyo mwanaume, alisikia habari njema sana. Alisikia habari juu ya Yesu, aliyetenda miujiza ya ajabu kama vile kufungua macho ya vipofu na kufanya mabudu kuongea. Mariamu Magdalene aliposikia mambo haya yote, hakuwa na mashaka yoyote juu ya ishara na miujiza iliyotendwa na Yesu kwa sababu moyo wake ulikuwa mzuri sana. Badala yake, alikuwa na imani kwamba udhaifu wake na magonjwa yangeweza kuponywa mara tu atakapokutana na Yesu.

Alitamani kukutana na Yesu kwa imani. Hatimayem alisikia kwamba Yesu alikuwa ametembelea kijiji chake na anakaa nyumbani kwa Farisayo aliyeitwa Simoni.

Kumwaga manukato kwa imani

Mariamu Magdalene alikuwa na fuaha sana kiasi kwamba alinunua manukato kwa zile pesa alizoweka akiba kutokana na kazi yake ya ushonaji. Hakuna anayeweza kuelezea vizuri hisia alizokuwa nazo wakati alipokutana na Yesu.

Watu walijaribu kumzuia asimfikie Yesu kwa sababu ya nguo zake mbaya, lakini hakuna mtu aliyeweza kuzima azma yake. Ijapokuwa watu walimwangalia vibaya, Mariamu Magdalene alienda mbele ya Yesu na akalia machozi sana alioona umbo lake la upole.

Hakuweza kuthubutu kisimama mbele ya Yesu, kwa hiyo alienda nyuma yake. Akipokuwa miguuni pake, alilia machozi hata zaidi na kulowesha miguu yake. Aliifuta miguu yake kwa nywele zake na akaivunja ile chupa ya manukato na kuimwagia ile miguu, kwa sababu kwake yeye, Yesu alikuwa na thamani kubwa sana.

Kwa kuwa Mariamu Magdalene alikwenda kwa Yesu kwa moyo mmoja, hakusamehewa tu dhambi zake ili apokee wokovu lakini pia aliponywa kabisa kwa njia ya ajabu. Aliponywa magonjwa yake yote pamoja na ugonjwa wa dhambi zake. Viungo vyote vya mwili wake vilianza kufanya kazi kwa kawaida, na akaanza kupokea siku zake za hedhi. Uso wake uliokuwa una mwonekano mbaya kwa sababu ya magonjwa mengi ulianza kujaa furaha na raha na mwili wake uliokuwa dhaifu sana ulipata afya tena. Aliona thamani yake kama mwanamke tena, akiwa sasa hajafungwa na nguvu za giza.

Kumfuata Yesu hadi mwisho

Mariamu Magdalene alipokea kitu kilichomfanya ashukuru zaidi kushinda uponyaji. Ilikuwa ni kule kukutana na mtu ambaye alimwonyesha upendo mkuu ambao hakuwahi kuupokea kutoka kwa mtu yeyote mwingine mbeleni. Tangu wakati huo na kuendelea, alitumia muda wake wote na ari yake kwa ajili ya Yesu kwa furaha sana na shukrani. Kwa sababu afya yake ilikuwa imerudi upya, aliweza kumsaidia Yesu kifedha kwa kazi yake ya kushona au kazi nyinginezo, na alimfuata kwa moyo wake wote.

Mariamu Magdalene hakumfuata Yesu tu wakati alipotenda ishara na miujiza na kuyabadilisha maisha ya watu wengi kwa jumbe zenye nguvu, lakini pia alikuwa pamoja naye wakati alipoteswa na askari wa Kirumi na kubebeshwa msalaba. Hata Yesu aliposulubishwa msalabani, yeye alikuwepo. Licha ya kwamba kuwepo kwake pale kungehatarisha maisha yake, Mariamu Magdalene alipanda kwenda Golgotha, akimfuata Yesu aliyekuwa amebeba msalaba.

Mariamu Magdalene alihisi nini wakati Yesu ambaye alimpenda sana alipoteseka sana na kumwaga damu yake yote na maji?

Bwana, nitafanya nini,
nitafanya nini?
Bwana, nitaishi vipi?
Nitaishi vipi bila wewe Bwana?

...

Kama tu ningeweza kuchukua damu
Uliyomwaga,
Kama tu ningeweza kubeba uchungu
Unaopitia.

...

Bwana,
Siwezi kuishi bila wewe.
Siwezi kuishi
nisipokuwa na wewe.

Mariamu Magdalene hakuangalia kando na kumwacha Yesu hadi alipokata roho, na alijaribu kuandika mng'ao wa macho yake na uso wake katika kilindi cha moyo wake. Isitoshe, alimtazama Yesu hadi dakika yake ya mwisho na akamfuata Yusufu wa Arimathea, aliyeuweka mwili wa Yesu katika kaburi.

Kumshuhudia Bwana aliyefufuka alfajiri na mapema

Mariamu Magdalene aliisubiri Sabato ipite, na kisha alfajiri na mapema, mnamo siku ya kwanza baada ya Sabato, alikwnda kaburini kuumwagia manukato mwili wa Yesu. Hata hivyo, hakuuona mwili wake. Alihuzunika sana na akaanza kulia machozi, na kisha Bwana aliyefufuka akamtokea. Hivyo ndivyo alivyopata heshima ya kukutana na Bwana aliyefufuka kabla mtu yeyote yule.

Hata baada ya Yesu kufa msalabani, hakuweza kuamini jambo hili. Yesu alikuwa kila kitu kwa Mariamu na alimpenda sana. Bila shaka alifurahi sana alipokutana na Bwana aliyefufuka katika hali kama hiyo! Hakuweza kuyazuia machozi yake katika hisia zake kali. Mwanzoni hakumtambua Bwana, lakini alipomwita kwa jina lake kwa sauti ya upole na kusema "Mariamu", aliweza kumtambua. Katika Yohana 20:17, Bwana aliyefufuka anamwambia, "Usinishike; kwa maana sijapaa kwenda kwa Baba; Lakini enenda kwa ndugu zangu ukawaambie, Ninapaa kwenda kwa Baba yangu naye ni Baba yenu, kwa Mungu wangu naye ni Mungu wenu." Kwa sababu Bwana pia alimpenda Mariamu

Magdalene sana, alijidhihirisha kwake kabla hajakutana na Baba baada ya kufufuka.

Kupeleka habari za kufufuka kwa Yesu

Hebu fikiria jinsi Mariamu Magdalene alivyobubujikwa na furaha isiyo na kifani wakati alipokutana na Bwana aliyefufuka, ambaye alimpenda sana! Alisema kwamba alikuwa angependa kukaa na Bwana milele. Bwana aliujua moyo wake, lakini akamweleza kwamba hangeweza kukaa naye wakati huo na akampa kazi. Alipaswa kupeleka habari za kufufuka kwake kwa wanafunzi wake kwa sababu akili zao zilipaswa kutulizwa na kufarijiwa baada ya mshtuko wa kusulubiwa kwa Yesu.

Katika Yohana 20:18 tunaona kwamba "Mariamu Magdalene akaenda akawapasha, wanafunzi habari ya kwamba, Nimemwona Bwana, na ya kwamba amemwambia hayo." Ule ukweli kwamba Mariamu Magdalene alishuhudia Bwana aliyefufuka kabla mtu yeyote na akapeleka habari hizo kwa wanafunzi, halikuwa tukio la sadfa. Yalikuwa matokeo ya kujitoa na huduma yake kwa Bwana kwa upendo mkuu kwake.

Kama Pilato angeuliza iwapo kuna yeyote ambaye angependa kusulubishwa kwa niaba ya Yesu, yeye angekuwa wa kwanza kusema "Ndiyo, mimi hapa" na kujitokeza; Mariamu Magdalene alimpenda Yesu kushinda maisha yake mwenyewe na alimtumikia kwa moyo wake wote.

Heshima ya kumtumikia Mungu Baba

Mungu alipendezwa na Mariamu Magdalene, ambaye alikuwa mzuri sana moyoni, hakuwa na uovu wowote, na alikuwa na upendo mkamilifu wa kiroho. Marimau Magdalene alimpenda

Yesu na upendo wa kweli usiobadilika tangu siku ile alipokutana naye. Mungu Baba, aliyeupokea moyo wake mzuri na wa kupendeza, alitaka kumweka karibu naye na kuipata harufu nzuri na ya kupendeza ya moyo wake. Ndiposa, wakati ulipofika, alimruhusu Mariamu Magdalene afikie utukufu wa kumtumikia yeye, hata kugusa kiti chake cha enzi.

Kile anachopenda Baba haswa ni kujipatia watoto wa kweli ambao anaweza kushiriki upendo wake kwa kweli pamoja nao milele. Ndiposa alipanga uimarishaji wa mwanadamu, akajiunda katika Utatu, na amekuwa akisubiri na kuwavumilia kwa muda mrefu sanawanadamu hapa duniani.

Sasa, makao mbinguni yatakapokamilika yote, Bwana atatokea hewani, na kuandaa karamu ya harusi na mabibi harusi wake. Kisha, atawaruhusu watawale pamoja naye kwa miaka elfu moja na kuwaelekeza katika makao ya mbinguni. Tutaishi na Mungu wa Utatu katika furaha kuu na raha milele mbinguni ambako ni kuangavu, safi na kunapendeza kama bilauri, na kumejaa utukufu wa Mungu. Wale watakaoingia Yerusalemu Mpya watafurahi sana kwa kuwa wataweza kukutana na Mungu ana kwa ana na kuishi naye milele!

Yapata miaka elfu mbili iliyopita, Yesu aliuliza swali hili, "Walakini, atakapokuja Mwana wa Adamu, je! Ataiona imani duniani?" (Luka 18:8) Ni vigumu sana kupata imani ya kweli leo.

Mtume Paulo, ambaye aliongoza umisionari wa kuwahubiri Injili watu wa Mataifa, alimwandikia barua Timotheo muda mfupi kabla ya kifo chake. Timotheo alikuwa mwanawe wa kiroho, ambaye alikuwa akipata mateso kutoka kwa migawanyiko ya mafundisho ya uwongo na mateso ya Wakristo.

Nakuagiza mbele za Mungu, na mbele za Kristo Yesu,

atakayewahukumu walio hai na waliokufa; kwa kufunuliwa kwake na kwa ufalme wake; lihubiri neno, uwe tayari, wakati ukufaao na wakati usiokufaa, karipia, kemea, na kuonya kwa uvumilivu wote na mafundisho. Maana utakuja wakati watakapoyakataa mafundisho yenye uzima; ila kwa kuzifuata nia zao wenyewe watajipatia waalimu makundi makundi, kwa kuwa wana masikio ya utafiti; nao watajiepusha wasisikie yaliyo kweli, na kuzigeukia hadithi za uongo. Bali wewe, uwe na kiasi katika mambo yote, vumilia mabaya, fanya kazi ya mhubiri wa Injili, timiliza huduma yako. Kwa maana, mimi sasa namiminwa, na wakati wa kufariki kwangu umefika. Nimevipiga vita vilivyo vizuri, mwendo nimeumaliza, Imani nimeilinda; baada ya hayo nimewekewa taji ya haki, ambayo Bwana, mhukumu mwenye haki, atanipa siku ile; wala si mimi tu, bali na watu wote pia waliopenda kufunuliwa kwake" (2 Timotheo 4:1-8).

Ikiwa una matumaini ya mbinguni na unasubiri kwa hamu kufunuliwa kwa Bwana, lasima ujaribu kuishi kulingana na Neno la Mungu na kupiga vita vizuri. Mtume Paulo wakati wote alifurahi hata ijapokuwa aliteseka sana wakati akieneza habari njema.

Kwa hiyo, sharti tuisafishe mioyo yetu na kutekeleza majukumu yetu zaidi ya tunavyotarajiwa kufanya kumpendeza Mungu ili tuweze kushiriki upendo wa kweli milele huku tukikaa karibu na kiti cha enzi cha Mungu.

"Bwana wangu,
anayekuja
katika mawingu ya utukufu,
Naitamani siku hiyo
Utanikumbatia!

Kwa kiti chako kitukufu cha enzi,
milele tutashiriki upendo
Ambao hatungeweza kuushiriki duniani,
na kukumbuka ya kale pamoja.
O! Nitaenda kwenye ufalme wa mbinguni
huku nikicheza
Bwana atakaponiita!
O, ufalme wa mbinguni!"

Mwandishi:
Dr. Jaerock Lee

Dr. Jaerock Lee alizaliwa Muan, Jimbo la Jeonnam, katika Jamhuri ya Korea, mwaka 1943. Akiwa na miaka kati ya ishirini na thelathini, Dr. Lee aliugua magonjwa mengi yasiyokuwa na tiba kwa muda wa miaka saba, alikata tamaa ya kupona na akawa anasubiri kifo. Siku moja majira ya kuchipua mwaka 1974, alipelekwa kanisani na dada yake na alipopiga magoti kuomba, Mungu aliye hai alimponya magonjwa yote mara moja.

Tangu wakati Dr. Lee alipokutana na Mungu aishiye kupitia uponyaji huo wa ajabu, amempenda Mungu kwa moyo wake wote na kwa uaminifu, na mnamo mwaka 1978 aliitwa ili awe mtumishi wa Mungu. Aliomba kwa dhati ili aweze kujua kwa hakika mapenzi ya Mungu, ayatimize yote na kuyatii Maneno yote ya Mungu. Mwaka 1982, alianzisha Kanisa Kuu la Manmin katika jiji la Seoul, Korea, na kazi nyingi za Mungu, ikiwa ni pamoja na miujiza ya uponyaji na maajabu, vimekuwa vikitendeka katika kanisa hili

Mnamo mwaka 1986, Dr. Lee aliwekwa wakfu na kusimikwa kama mchungaji katika Mkutano wa Mwaka wa Kanisa la Yesu huko Sungkyul, Korea, na miaka minne baadaye, mwaka 1990, mahubiri yake yalianza kurushwa katika nchi za Australia, Urusi, Ufilipino, na nchi nyingine nyingi kupitia Kampuni ya Utangazaji ya Mashariki ya Mbali (Far East Broadcasting Company) Kituo cha utangazaji cha asia (Asia Broadcast Station) na Radio ya Kikristo ya washington (Washington Christian Radio System)

Miaka mitatu baadaye, mwaka 1993, Kanisa kuu la Manmin lilichaguliwa kuwa moja ya "Makanisa 50 Yanayoongoza Duniani" na jarida la Christian World la Marekani na alipata Shahada ya Heshima ya Uzamivu katika Theolojia (Honorary Doctorate of Divinity) kutoka chuo cha Christian Faith, Florida, Marekani, na katika mwaka 1996 alipata Ph.D. katika Huduma kutoka Kingsway Theological Seminary, Iowa, Marekani.

Tangu mwaka 1993, Dr. Lee amefanya utume/umisionari wa ulimwengu kwa kufanya mikutano mingi huko Tanzania, Argentina, L.A., jiji la Baltimore, Hawaii, na jiji la New York huko Marekani, Uganda, Japani, Pakistani, Kenya, Ufilipino, Hondurasi, India, Urusi, Ujerumani, Peru, Jamhuri ya Kidemokrasia ya watu wa Congo, na Israeli na Estonia.

Mnamo mwaka 2002 alipewa jina la "Mchungaji wa ulimwengu" na magazeti maarufu ya Kikristo nchini Korea kutokana na kazi yake katika mikutano mbali

mbali aliyoifanya nje ya nchi akishirikiana na Makanisa na Taasisi nyingine duniani. Mkutano wa kutajika haswa, ni ule wa 'New York Crusade 2006' ulioandaliwa katika Madison Square Garden, ambao ndiyo ukumbi maarufu zaidi duniani. Mkutano huo ulirushwa hewani kwa mataifa 220, na katika mkutano wa 'Israel United Crusade 2009', uliofanyika International Convention Center (ICC) huko Yerusalemu, alitangaza waziwazi kwamba Yesu Kristo ndiye Masihi na Mwokozi.

Mahubiri yake yanapeperushwa hewani kufikia mataifa 176 kupitia mitambo ya setilaiti ikiwemo GCN TV, na pia aliorodheshwa kama mmoja wa 'Viongozi 10 Wa Kikristo wenye Ushawishi Mkubwa' wa mwaka 2009 na 2010 na gazeti maarufu la Russian Christian magazine In Victory na shirika la habari ya Christian Telegraph kwa sababu ya vipindi vyake vya televisheni na huduma yake ya kuanzisha makanisa ulimwengu mzima.

Kufikia Mei mwaka 2013, Manmin Central Church ina washirika zaidi ya 120,000. Kuna makanisa yapatayo 10,000 ulimwengu mzima ambayo ni matawi ya Manmini Central Church yakiwemo makanisa 56 yaliyoko Korea, na wamisionari zaidi ya 129 wametumwa nchi 23, ikiwemo Marekani, Urusi, Ujerumai, Canada, Japan, China, Ufaransa, India, Kenya, na nyingine nyingi.

Kufikia kuchapishwa kwa kitabu hiki, , Dr. Lee ameandika virabu 85, vikiwemo vile vilivyo maarufu kama Kuonja Uzima Wa Milele Kabila Mauti, Maisha Yangu Imani Yangu I & II, Ujumbe wa Msalaba, Kiasi cha Imani, Mbinguni I & II, Jehanamu, Amka, Isreali!, na Nguvu za Mungu. Vitabu vyake vimetafsiriwa katika zaidi ya lugha 75.

Makala yake ya Kikristo huchapishwa kwenye The Hankook Ilbo, The JoongAng Daily, The Chosun Ilbo, The Dong-A Ilbo, The Munhwa Ilbo, The Seoul Shinmun, The Kyunghyang Shinmun, The Korea Economic Daily, The Korea Herald, The Shisa News, na The Christian Press.

Dr. Lee sasa hivi ni kiongozi wa mashirika mengi ya kimisionari na taasisi. Nyadhifa zake zinajumuisha kuwa: Mwenyekiti wa The United Holiness Church of Jesus Christ; Raisi wa Manmin World Mission; Rais wa Kudumu wa The World Christianity Revival Mission Association; Mwasisi na Mwenyekiti wa Bodi ya Global Christian Network (GCN); Mwasisi na Mwenyekiti wa World Christian Doctors Network (WCDN); na Mwasisi & Mwenyekiti wa Bodi ya, Manmin International Seminary (MIS).

www.ingramcontent.com/pod-product-compliance
Lightning Source LLC
LaVergne TN
LVHW010202070526
838199LV00062B/4456